நான் பிறந்த
க-வி-தை

ஷங்கர்ராமசுப்ரமணியன்

வேரல்
புக்ஸ்

வேரல் புக்ஸ் வெளியீட்டு எண்: 67

நான் பிறந்த க–வி–தை * ஷங்கர்ராமசுப்ரமணியன் © * திறனாய்வு *
முதல் பதிப்பு: ஜூன் 2023 * பக்கங்கள்: 64 *
வேரல் புக்ஸ் * 6, இரண்டாவது தளம், காவேரி தெரு, சாலிகிராமம், சென்னை – 600093 *
மின்னஞ்சல்: veralbooks2021@gmail.com * தொலைபேசி: 9578764322 *
அட்டைவடிமைப்பு: லார்க் பாஸ்கரன் * லேஅவுட்: சந்தோஷ் கொளஞ்சி

Naan Pirantha Kavithai * Shankarramasubramanian © * Criticism *
First Editon: June 2023 * Pages: 64 *
Veral Books * No: 6, 2nd Floor, Kaveri Street, Saligramam, Chennai – 600093 *
Email ID: veralbooks2021@gmail.com * Phone: 9578764322 *
Wrapper Designed by: Lark Bhaskaran * Layout Designed by: Santhosh kolanji

Rs. 80

ISBN: 978-81-964126-6-1

வரதனுக்கு

முன்னுரை

என் கவிதைக்கான மூல உருவகம் நோக்கி

பள்ளிப்பருவத்திலிருந்து எனது முதல் தொகுதி வருவதற்கு முந்தைய காலம் வரையில் என்னைப் பாதித்த கவிதைகளை, அது பாதித்திருந்த போது இருந்த உணர்வுகளைச் சென்று பார்ப்பதுதான் 'நான் பிறந்த க—வி—தை' தொடரின் நோக்கம். அத்துடன் குறிப்பிட்ட கவிதை, கவிஞர் சார்ந்து இப்போதிருக்கும் எனது எண்ணங்களையும் ஒவ்வொரு கட்டுரையிலும் பகிர்ந்துகொள்வதாகவும் திட்டமிருந்தது. குறுந்தொகை கவிதை பற்றி முதல் கட்டுரையை எழுதி முடித்திருந்த நிலையில், நண்பர் சி. மோகன், பாதித்த கவிதையைப் பற்றி எழுதுவதை விட, பாதித்த கவிதைகளை வாசித்தபோது இருந்த மனநிலையையும் மூட்டத்தையும் சூழலையும் சென்று பார்த்து, மொழிக்குள் இழுத்துவர முடிந்தால் வித்தியாசமானதாக அமையும் என்று குறிப்பிடத்தக்க அளவிலான ஒரு தலையீட்டை நிகழ்த்தினார். தலைப்பில் 'நான் பிறந்த கவிதை'யை 'நான் பிறந்த க—வி—தை' என்று மாற்றியவர் கவிஞர் தேவதச்சன். சி. மோகன் சொன்ன அடிப்படையை மனத்தில் கொண்டு அடுத்தடுத்த கட்டுரைகள் எழுதப்பட்டன. குறுந்தொகையிலிருந்து இத்தொடரை அம்ருதா மாத இதழில் பெருந்தொற்றுக்குச் சற்று முன்னர் தொடங்கினேன். இரண்டாவது அலைக்குப் பிறகு முடித்தேன்.

நவீன கவிதைகளை வாசிக்கத் தொடங்கிய காலகட்டத்தில் என்னை முழுமையாக சிலகாலம் ஆட்கொண்டிருந்த கவிஞர்கள், கவிதைகளையே 'நான் பிறந்த க—வி—தை' தொடரில் எழுத வேண்டுமென்று நினைத்திருந்த நிலையில் எட்டு கட்டுரைகளோடு முடிப்பதே நேர்மையானதாகப்படுகிறது. சற்று நீட்டினாலும் பொய் தோன்றிவிடும். முதல் தொகுதிக்கு முந்தைய கவிதை தொடர்பான ஒரு மூல உருவகத்தை உருவாக்கியவர்களை மட்டுமே பிரித்தெடுப்பது சவாலாக இருந்த அதேவேளையில் தன்கதியிலேயே அடுத்தடுத்த கட்டுரைகள் நிகழ்ந்தன.

நவீன இலக்கியம் அறிமுகமான கல்லூரிப்பருவத்திலேயே சுந்தர ராமசாமி போன்ற இலக்கிய ஆசிரியர்கள் நேரடியாக எனக்கு

அறிமுகமாகிவிட்ட நிலையில் கவிஞராக பசுவய்யா என்ற சுந்தர ராமசாமி ஆரம்பநிலையிலும் என்னைப் பாதிக்கவில்லை என்பது இந்தக் கட்டுரைகளை எழுதும்போதுதான் தெரிந்தது.ஞானக்கூத்தனின் 'மீண்டும் அவர்கள்' கவிதைத் தொகுதியைப் படித்தும் அந்தக் காலகட்டத்தில் அவர் என்னுள் தீவிரமான சலனங்களை ஏற்படுத்தவில்லை. பிற்காலத்திய ஞானக்கூத்தனின் 'பென்சில் படங்கள்' தொகுதிக்குப் பிறகுதான் அவர் கவிதைகள் என்னிடம் செல்வாக்கைச் செலுத்தத் தொடங்கின. மதிப்புக்குரிய கவிதைஆசிரியர்களாகவும் நண்பர்களாகவும் இருந்த எம்.யுவன், மனுஷ்யபுத்திரன் போன்றவர்களும் 'நான் பிறந்த க—வி—தை'யில் இல்லை. காலச்சுவடு காலாண்டிதழில் இரண்டு பக்கங்களில் வந்த கவிதைகள், தன் புகைப்படம் வழியாக என்னில் நீடித்த தாக்கத்தை ஏற்படுத்திய ஈழக்கவிஞரும், தற்போது ஆஸ்திரேலியாவில் வசிப்பவருமான நட்சத்திரன் செவ்விந்தியன் பற்றிய ஒரு கட்டுரை இருக்கிறது. அவரை நான் இதுவரை நேரில் பார்க்கும் வாய்ப்பே கிடைக்கவில்லை. ஆனால், அவரது கவிதைகளை வாசித்தபோது அவருடன் கண்ட அடையாளமும் உயிர்ப்பும் அதிகம். கல்யாண்ஜி, கலாப்ரியா, விக்ரமாதித்யன் ஆகிய கவிஞர்கள் செலுத்திய தாக்கம் எனக்கு பரிச்சயமான ஊர், பண்பாடு சார்ந்ததாகவும் இருந்திருக்கும் என்பதை தற்போது உணரமுடிகிறது.

இந்தச் சிறிய நூல் மதுரை நண்பர் வரதனுக்கு சமர்ப்பணம். நண்பர் சாம்ராஜ் வாயிலாக அறிமுகமாகி, நான் தொடர்ந்து எழுதுவதற்கான ஊக்கத்தையும் உயிர்ப்பையும் கொடுத்து வருபவர் அவர். வலைப்பூவாக இருந்த எனது தளத்தை, இணையப்பக்கமாக ஆக்கி, அதுதான் எனது எப்போதைக்குமான எழுத்துத்தளம் என்று காட்டியவர். 'நான் பிறந்த க—வி—தை' தொடராக அம்ருதாவில் வெளிவந்ததற்குக் காரணம் நண்பன் தளவாய் சுந்தரம். என்னை அவன் போகும் இடத்துக்கும், அவனை நான் போகும் இடத்துக்கும் அழைத்துக் கொண்டு 25 ஆண்டுகளுக்கும் மேலாகப் போய்க்கொண்டே இருக்கிறோம். வலிய இடம், எளிய இடம் என்றில்லாமல் அப்படிப் போய்க்கொண்டே இருக்கும் எங்கள் உறவின் பயணம் கனிந்து பரிணமித்துள்ளது. அவனுக்கு நன்றியெல்லாம் அவசியமேயில்லை. என் பொய்கள் உண்மைகளை பாசாங்குகளைத் தெரிந்து கலந்து கிடப்பவன். எனது அனுபவங்கள், தாக்கங்கள் எல்லாவற்றுடனும் அவனும் இருக்கிறான். வேரல் புக்ஸ் அம்பிகா, லார்க் பாஸ்கரனிடம் என்னை ஆற்றுப்படுத்திய யவனிகா ஸ்ரீராமுக்கு என் நன்றி.

அன்புடன்
ஷங்கர்ராமசுப்ரமணியன்
shankarashankara@gmail.com
02—01—2022

பொருளடக்கம்

1. தன்னை மறக்கும் கவிதை
– *கூடலூர் கிழார்* 9

2. தாங்கமுடியாத சுமைகொண்ட மெல்லிறகு
– *நட்சத்திரன் செவ்விந்தியன்* 13

3. சாவின் சுவை நகுலன்
– *நகுலன்* 18

4. ஆடும் மனத்தின் கோலங்கள்
– *லக்ஷ்மி மணிவண்ணன்* 23

5. அமங்கலம் அருசி அப்பட்டம் அதிர்ச்சி
– *கலாப்ரியா* 34

6. இன்னலின் கரும்பலகையில் வரையப்பட்ட மகிழ்ச்சியின் முகம்
– *பூாக் ப்ரெவர்* 40

7. ஆதி எலும்பு பிறப்பித்த கவிஞன்
– *விக்ரமாதித்யன்* 49

8. பார்த்தவன், பார்த்தல், பார்த்தலுக்குப் பிறகு
– *கல்யாண்ஜி* 55

தன்னை மறக்கும் கவிதை

முளிதயிர் பிசைந்த காந்தள் மெல்விரல்
கழுவுறு கலிங்கம் கழா அது உடீஇக்
குவளை உண்கண் குய்ப்புகை கமழத்
தான் துழந்து அட்ட தீம்புளிப் பாகர்
இனிது எனக் கணவன் உண்டலின்
நுண்ணிதின் மகிழ்ந்தன்று ஒண்ணுதல் முகனே.

— கூடலூர் கிழார், குறுந்தொகை

முற்றிய தயிரைப் பிசைந்த, காந்தள் மலரைப் போன்ற, மெல்லிய விரலைத் துடைத்துக் கொண்ட ஆடையை, துவைக்காமல் உடுத்துக் கொண்டு, குவளை மலரைப் போன்ற மையுண்ட கண்களில், தாளிதப் புகை மணப்ப, தானே துழாவிச் சமைத்த, இனிய புளிச்சுவையை உடைய குழம்பை, தலைவன் இனிது என்று உண்பதால், தலைவியின் விளக்கத்தை உடைய நெற்றியை உடைய முகமானது, மிக நுண்மையாக மகிழ்ந்தது.(உ. வே. சா. உரையிலிருந்து)

பதினான்கு அல்லது பதினைந்து வயதாக இருக்கலாம். திருநெல்வேலி சாப்டர் பள்ளியில், தமிழாசிரியர் ஆறுமுகம் விளக்கம் சொன்ன இக்கவிதையில் வரும் இரண்டு காட்சிகள் மட்டும் அன்றும் இன்றும் என் நினைவில் இருப்பது. அந்த

நினைவைச் சொன்னபோது, கவிஞர் ஜயபாஸ்கரன் தான் அதை குறுந்தொகை கவிதை என்று கூறி அடையாளம் காட்டினார்.

இந்தக் கவிதையில் வரும் தலைவியின் மைபூசிய கண்கள் சிவந்து கனிந்திருக்கும் காட்சி; துவைக்காமல் அவள் உடுத்தியிருக்கும் கையைத் துடைத்துக் கொள்ளக்கூடிய மென்மையான ஆடை; இரண்டும் காட்சிகளாகவே, அந்தக் கவிதை குறித்து வகுப்பெடுத்து நெடுநாள் ஆகியும் உள்ளே தழும்பிக் கொண்டிருந்தது. பெண்ணை உடலின் அங்கம் அங்கமாகத் தனியாக இல்லாமல் முழுமையாகவும் முகத்தைக் கூர்ந்தும் பார்க்கத் தொடங்கிய வயது அது. ஒரு வீட்டில் தனது செவிலித் தாயின் முன்னர் தான் நடத்தும் சந்தோஷமான தாம்பத்தியத்தை ஒரு காட்சி வழியாக நிகழ்த்திக் காட்டிவிடுகிற பெண்ணின் ஓவியம் உள்ளது. இந்தக் கவிதையில் தாயை விட்டு வந்த குற்றவுணர்வு ஏதும் இல்லை. 'உன்னை விட்டுப் போனபின் எத்தனை மகிழ்ச்சியாக இருக்கிறாள்' என்ற செவிலித்தாய் நற்றாயைப் பார்த்துச் சொல்லும் குத்தலும் இல்லை. ஒரு காட்சி இருக்கிறது.

தாயுடன் வாழும்போது சாப்பிட்ட பாத்திரத்தைக் கூட எடுத்து புழக்கடையில் அங்கணத்தில் போடாத செல்லமாய் அவள் இருந்திருக்கலாம். ஆனால் காதலனுடன் மணம்புரிந்து அவள் வீடான பிறகு அவள் மாறிவிட்டது இயற்கையாக உள்ளது. அது ஒரு நியதி என்பது போலச் சொல்லப்படுகிறது. நியதி என்னும்போது அதன் மேல் துயரத்தின் அழுத்தமும் இந்தக் கவிதையில் இல்லை. இயற்கை போல, மகளாக இருந்தவள் மனைவியாக தலைவியாக மாறிவிட்டாள்.

முற்றிய தயிரைப் பிசைந்த காந்தள் மலரைப் போன்ற மெல்லிய தலைவியின் விரலை வர்ணிக்கும்போதும், குவளைமலர் போன்ற மையுண்ட கண்களில் புகைபடிந்து இனிய புளிச்சுவை கொண்ட குழம்பு சிகப்பாவதும் அவள் சமையலறையில் பொருட்களுடன் கூடும் உறவை மட்டும் பேசவில்லை என்று தோன்றுகிறது. வெளியே உள்ள பொருட்களுடன் கொள்ளும் உறவில் கூடுதலில் முயங்கலில் உருவாகும் சமையல் ருசி அவள் புகுந்த புது வீட்டில் நடக்கும் இன்னொரு சமையலை, புதிய குடித்தனத்தின் உள்ளறைக் காட்சிகளை நமக்குத் தெரிவிக்கிறது.

அவள் அங்கே அப்போது இருந்தாள்; இப்போது அவள் இங்கே இருக்கிறாள்; இங்கே இயற்கையும் இயல்பும் நியதியும் மாறிவிட்டது. அதைச் செவிலித் தாய் சேர்த்து நமக்கும் நற்றாய்க்கும் காண்பிக்கிறாள். அவ்வளவுதான்.

வீட்டிலிருந்து ஓடிப்போய் புதிய கணவனுடன் குடித்தனம் நடத்தும் லட்சணத்தை, சந்தோஷத்தை, மாறுதல் தான் நியதி என்னும் உண்மையை நற்றாய்க்குச் சொல்லும் செவிலித்தாய் தானோ கவிதை.

o0o

கூடலூர் கிழாரின் கவிதையில் ஒரு கணம் மட்டுமே சொல்லப்படுகிறது. அதற்கு இறந்த காலமோ நிகழ்காலமோ இல்லை. நூல்கண்டு, விடுபட்டு ஓடிக்கொண்டிருக்கும் போது பார்க்கப்படும் ஒரு துண்டுக்காட்சியைச் சொல்கிறது. துவக்கமோ முடிவோ இல்லை. அந்தக் கவிதை கொடுக்கும் காட்சியிலிருக்கும் சந்தோஷம் செவிலித் தாயின் தலை மறைந்தவுடன் மாறிவிடலாம். அல்லது அந்தச் சந்தோஷம் பின்மதியத்தில் கூடுதலாக முடுக்கம் கொள்ளலாம். அதுவேறு நியதி; அது வேறு கதி.

o0o

இந்தக் கவிதையில் பார்ப்பவள் பெண்; பார்க்கப்படுபவளும் பெண். சமையலில் ஈடுபடும் பெண், இன்னொன்றில் ஈடுபடுகிறாள். இன்னொரு உயிர் அல்லது பொருளுடன் அவள் ஈடுபடும்போது தன்னை மறக்கிறாள். அப்போதுதான் உணவு பிறக்கிறது. அப்போது அவள் செல்லமாக வளர்க்கப்பட்ட இன்னொரு ஊரில் வாழும் பெற்றோரின் மகள் அல்ல. அவள் ஈடுபடும் போதுதான் சமையலும் தாம்பத்தியமும் அதன் விளைவான குழந்தையும் பிரசவமாகிறது.

சமீபத்தில் என் மகளுடன் திருநெல்வேலிக்குப் போயிருந்த போது, எப்போதும் செல்லும் திருவேங்கடநாதபுரம் பெருமாள் கோயிலுக்கு அருகில், தாழ ஓடும் தாமிரபரணி ஆற்றைப் பார்க்கப் போயிருந்தேன். பேருந்துக்காகக் காத்திருந்த போது, இசக்கியம்மன் கோயிலுக்குக் கொடை நடத்துவதைப் பற்றி அங்கிருந்த பெரியவர்கள் பேசிக் கொண்டிருந்தனர்.

புதியதாக நாடகம் இசைக் கச்சேரி எல்லாம் நடத்தவேண்டும் என்று இளைஞர்கள் விடுத்த கோரிக்கையை நிராகரித்து அவர்கள் பேசிக்கொண்டிருந்தனர். அப்போது இருட்டு ஆகியிருந்தது.

அந்த இருட்டில் முகம் நிழல்கோடுகளாகிப் போன பாட்டையாவின் முகம் பேசியது. "அந்தக் காலத்தில் பெண்களை மேடை ஏத்தாததுக்குக் காரணம் இருக்கு. அவள் மேடை ஏறி ஆடும்போது தன்னை மறந்துவிடுவாள்" என்றார்.

விடுபட்டுப் போன நூல்கண்டு ஓடிக்கொண்டிருக்கிறது. நூலை ஞாபகம் வைத்துக் கொண்டே இருப்பதுதான் 'தான்' போல. அந்தத் தானை மறக்கும் போது அவள் பெண் ஆகிறாள். அப்போதுதான் அவள் ஈடுபடுகிறாள். படைக்கிறாள்.

இந்தக் குறுந்தொகை கவிதையும் ஒரு நியதியில் ஈடுபடுகிறது. அதனால் அதற்கு ஜனன உறுப்பு உள்ளது. அதனால் அவளும் அதுவும் படைக்கிறது.

அதனால் எத்தனையோ நூற்றாண்டுகளுக்கு முன்னர் ஒரு காலத்தில் ஒரு பின்னணியில் எழுதப்பட்ட கவிதை அகாலத்தின் ஆசீர்வாதத்தில் பழைமை ஏறாமல் பருவத்தின் படியேறும் இருபதாம் நூற்றாண்டைச் சேர்ந்த ஒரு சிறுவனையும் ஈர்த்தபடி உள்ளது.

o0o

தாங்க முடியாத சுமைகொண்ட மெல்லிறகு

ஒரு அனுபவம் ஒரு உணர்வு சொல்லப்படும் வாய்ப்பை மொழியில் பெறும்போது இரட்டைத் தன்மையை அடைந்துவிடுகிறது. நிறைவு என்று சொல்லிவிடும்போதே நிறைவின்மையும் மகிழ்ச்சி என்று சொல்லும்போதே துக்கமும் மொழியில் எழுவதைத் தவிர்க்க முடிவதில்லை. பாற்கடலில் அமிர்தம் கடையும்போது வினையின் கனம் சேர்ந்து நஞ்சு இப்படித்தான் சேர்கிறது. மொழிதல் என்னும் அனுபவத்தில் அமிர்தத்தோடு நஞ்சு சேர்வது தவிர்க்க முடியாமல் தான் உள்ளது.

மொழி வெளிப்பாடு அடையும் இரட்டை நிலையை அதிகபட்சமாக கவிதை உணர்கிறது. இந்த இரட்டை நிலையை மொழி வழியாகக் கடக்கவும் கவிதையும் கவிஞனும் தொடர்ந்து முயன்று மொழிக்குச் சிறிது வெற்றியையும் தம்மில் மாபெரும் தோல்வியையும் அடைகிறார்கள். கெட்ட வார்த்தை என்று சொல்லப்படும் விலக்கப்பட்ட ஒரு வார்த்தையை ஒரு குழந்தை அறியும்போது ஏற்படும் கிளர்ச்சியை ஒத்தது தான் கவிஞனின் கிளர்ச்சியும். ஒரு அனுபவப் புள்ளியில் சந்தோஷமும் துக்கமும் சேர்ந்திருக்கும் உயிர்-வேதிக் கொந்தளிப்பை, களிப்பை அது தரும் புலன் உணர்வை, அவன் வெளியே பகிர்வதற்குத் துடிக்கிறான்.

கருணையோடு குரூரம் ஒட்டிக்கொண்டு இருப்பதை அவன் கண்கள் பார்க்கின்றன. அச்சத்தின் முகமூடி போட்டு ஆசை தன் அறையின் திரைச்சீலைக்குள் மறைந்திருப்பதை அவனும் புத்தரின் இடத்திலிருந்து பார்க்கிறான். உணர்வின் இரட்டை நிலையை மொழிக்கு அவன் கொண்டுவரப் பாடுபடுகிறான். அழகும் சிதிலமும் சேர்ந்திருக்கும் உணர்வை மௌனி 'பாழ்பட்ட வசீகரம்' என்கிறார். பாழும் வசீகரமும் பொது அர்த்தத்தில் எதிரெதிராகத் தோற்றம் தருபவை. ஆனால் 'பாழ்பட்ட வசீகரம்' என்று உரைக்கப்படும்போது, அது மொழிக்கு முன்னால் அடையும் உணர்வு நிலையத்துக்குச் செல்ல முயல்கிறது. 'இருத்தலின் தாங்கமுடியாத இலகுத்தன்மை' என்று இதைத்தான் மிலன் குந்தேரா மொழியாக்குகிறார். அத்தனை சுமைகொண்ட மெல்லிறகுதான் மொழிக்கு முன்னால் இருக்கும் நம் உணர்வு; மொழிக்கு முன்னால் இருக்கும் நம் மனம்.

பகலும் இரவும் மயங்கிச் சந்திக்கும் அந்தி வேளையில் உறக்கத்திலிருந்து விழித்தெழும் போது ஏற்படும் நிலை, நம் எல்லாருக்கும் பொதுவானது. எங்கே எப்பொழுதில் இருக்கிறோம் என்று சில நிமிடங்கள் தெரியாது. உடலிலும் அகத்திலும் ஒரு சில்லிடலுடன் எல்லாம் குழம்பி உறைந்து இருக்கும். ஆண்மையும் பெண்மையும் முயங்கிக் கலை துலங்கும் வேளை என்று குறிக்கப்படுகிறது. அப்போது நாம் உணரும் மூட்ட உணர்வும் அலாதித் தனிமையும் துக்கமானது மட்டும்தானா. அது அந்த நபரின் துக்கம் அல்ல. நிறைவுணர்வு என்று மட்டும் அதை மொழிபெயர்க்க முடியுமா. தாய் மடிக்கு அடுத்த நிலையில் உள்ள உறக்கத்தின் மடியிலிருந்து பிரிந்து தனி உயிராகிவிட்ட அந்த உயிர்படும் வேதனை உணர்வு, நீண்டு கொண்டேயிருக்க வேண்டுமென்ற ஆசையும் தோய்தலும் ஏங்குதலும் ஏற்படுவது எதனால்?

இருள் கவியப்போகிறது. நனவில் மீளப்போகிறோம். நாம் ரசித்துக் கேட்டுக் கொண்டிருக்கும் பாடலின் ஆலாபனை முடியப்போகிறது. அதன் கனத்திலேயே நின்று நிலைத்துக் காணாமல் போக விரும்புகிறோம். மூச்சுமுட்டிச் சாகும் அந்தக் கணத்தை, அந்தப் பயங்கர வசீகரத்தை நீட்டிக்க விரும்புகிறோம்.

o0o

பொதுவில் பேசமுடியாததை, வெளிப்படுத்த முடியாததை 'உண்மை' என்று அப்போது கருதினேன். அந்த உண்மையைச் சொல்வதுதான் கவிதை என்றும் நினைத்திருந்தேன். அப்படித்தான் தொடங்கியது. அப்படிப்பட்ட ஒன்றைச் சொல்வதற்கான பரிதவிப்பில் இருந்த நிலையில் என் வயதுக்கு, எனது அந்நாட்களிலான துயரங்களுக்கு, ஒற்றைக்குள் அடக்கிவிட முடியாத எனது அனுபவ மூட்டங்களுக்கு, எனது காமத்துக்கு எனது பருவத்துக்கு மொழி உண்டு என்று காண்பித்தவர்களில் ஒருவர் நட்சத்திரன் செவ்விந்தியன். கிட்டத்தட்ட என் வயதுடையவர் அவர். 'வசந்தம் '91' என்ற முதல் கவிதைத் தொகுதியை அவர் வெளியிட்டிருந்தார். அதிலிருந்து சில கவிதைகளை 1995—ம் ஆண்டு ஜனவரி மாத காலச்சுவடு இதழில் அவரது புகைப்படத்தோடு வெளியிட்டிருந்தார்கள். தலைமுடியை ஸ்டைலாகக் கோதுவது போல ஒரு புகைப்படத்தையும் வெளியிட்டிருந்தார்கள். அவரது பெயரும், புகைப்படமும் கொடுத்த புதுமையும் ஈர்ப்புமோடு கவிதைகளைப் படித்தேன்.

அமுங்கின மாலை

மாலை வெய்யில் மங்கிக்கொண்டு போகிறது
என்னை இனிய சோகம் தழுவுகிறது
மனிதர்களைத் தொலைத்த வீதிகளில்
இன்றுதான் அறிமுகமான
பெண்களின் பின்னால் சைக்கிளில் செல்கிறேன்
புதர்கள் கப்பிய ஒற்றையடிப்பாதை
முன்னே சைக்கிள் சென்ற தடம் இருக்கிறது
பல ஆண்டுகளுக்கு முன்
நான் தொலைத்த நம்பிக்கையும் முனைப்பும்
மன அமுங்கலும் உருகலும்
இன்று பெற்றேன்
மனிதர்களை இழந்த மௌனமான
சாலையில்
ரயர், ஊரிக்கல்லில் எழுப்பும் ஒலி கேட்கிறது.

பகலும் இரவும் மயங்கும் போதில் எழுதப்பட்ட கவிதைகளில் ஒன்று இது. ஈழப்போரின் தடயங்கள் இழப்புகளை உட்கொண்ட கவிதை இது. எதிர்காலம் குறித்த இலக்கற்று, போகப் போகும் பாதை என்று தெரியாமல்,யுத்தம் எதுவும் இல்லாத திருநெல்வேலியில் நாற்சாலைச் சந்திப்பில் நின்ற என்னையும் நான் அந்தக் கவிதையில் அடையாளம் கண்டேன். நட்சத்திரன் செவ்விந்தியனைப் படுத்தியெடுத்த துயர, சந்தோஷ மூட்டம் தான் என்னையும் படுத்திக் கொண்டிருக்கிறது என்று அடையாளம் கண்டேன். மேலே சொல்லப்பட்ட அந்தக் கவிதையின் இரண்டாம் வரியில் உள்ள 'இனிய சோகம்' என்ற சொல் சேர்க்கை தான் என்னிடம் பெரிய விடுபடுதல் உணர்வை உருவாக்கியது. மன எழுச்சி, மன விரிவு என்று அதைக் கூறலாம். ஆமாம், இனிய சோகம் என்ற பெயர் என்னிடமிருந்த உணர்வுக்கு நட்சத்திரன் செவ்விந்தியனால் கிடைத்தது. இனிய சோகம், இனிய சோகம் என்று சில நாட்கள் என்னுள் ஒன்று ஜெபித்துக் கொண்டே இருந்திருக்கும்.

திருநெல்வேலியில் வாழ்ந்துகொண்டு நான் நின்றுகொண்டிருக்கும் எனது அனுபவ மூலையை ஈழத்திலிருந்து எழுதிய ஒரு கவிஞன் காட்டித் தந்தான். பண்பாடு, பிராந்தியம், வயது, காலம் சார்ந்த பருவநிலை அடையாளங்கள் குறைந்து ஒரு பொதுவான அந்நியனின் மொழியில் புதுக்கவிதைகள் எழுதப்பட்டுக் கொண்டிருந்த காலம் அது.

நட்சத்திரன் செவ்விந்தியன் தனது வயதுக்கேயுரிய உற்சாகம், இழப்பு, துயரம், காமம், விடலைத்தனம், கடவுள் நம்பிக்கை, எதார்த்தத்தை அவர் வாழும் பிராந்தியத்தின் இயற்கை நிறங்களைக் கொண்டு தீட்டியிருந்தார். அவர் காலத்தில் சுமக்கும், பயன்படுத்தும் அனைத்தும் அவர் கவிதைகளின் இடுபொருள்களாகியிருப்பதை என்னால் இப்போது உணரமுடிகிறது. அந்தத் தன்மையும் நட்சத்திரன் செவ்விந்தியனை நோக்கி என்னை ஈர்த்திருக்க வேண்டும்.

நட்சத்திரன் செவ்விந்தியன் இப்போது உலகின் இன்னொரு மூலையில் ஆஸ்திரேலியாவில் வசிக்கிறார். அவர் ஈழத்தில் எதிர்கொண்ட ஒரு அந்தியை, திருநெல்வேலியிலும் அது இருக்கிறதென்று திறந்து, எனக்குக் காட்டி ஒரு வாழ்நாள் பரிசென அளித்துவிட்டு அவர், ஆஸ்திரேலியாவுக்குப் போய்விட்டார். அவர்

கொடுத்த அழுங்கின மாலைக்குப் பதிலாக நான் ஒரு கவிதையை எழுதினேன். அதே மாலைதான். கிட்டத்தட்ட உடனடியாக எழுதப்பட்ட கவிதை அது. நட்சத்திரன் செவ்விந்தியனிடமிருந்து நான் பெற்றதற்கு செலுத்தப்பட்ட நன்றி அது. திருநெல்வேலியின் ஒரு அந்தியிலிருந்து ஒரு சிறுவன் தன் உலகத்தின் தடத்தைக் காட்டித் தந்தவனுக்குச் செலுத்திய நன்றி. அவன் தத்தித் தத்தித் தனது கவிதையில் தன் உலகத்தைப் பேசத்தொடங்கும் கவிதை இது. இன்னமும் நட்சத்திரன் செவ்விந்தியன் என்ற பெயர் என் குதிரைகளுக்கு ஆற்றல் அளிக்கும் பெயர்தான். அவர்தான் நான் என்று அப்போது தோன்றியது.

மரணித்த ஊர்

நண்பர்களுடன் பேசித்திரிந்த
இறந்த காலத்தின்
தடயங்களை
ரதவீதிகளில்
தேடிப் பார்க்கிறேன்
அதிசயமாய் வளர்ந்து
முலைபருத்த
என் இளவயது சிநேகிதகள்
அடையாளம் தெரியாமல்
கடந்து செல்கின்றனர்
வாகையடி முக்கில்
ஆட்டோவின் மேல் ஒரு சவப்பெட்டி
எதிரில் வரும் விசாரிப்பைத்
தவிர்க்கத் தலைகுனிந்து கடக்க
வேண்டியுள்ளது
சேருமிடம்
தெரியாமல் நடப்பதும்
அன்பளிப்புகளுக்கு ஆளற்றுப் போவதும்
வருத்தத்துக்குரியது.

(நட்சத்திரன் செவ்விந்தியனுக்கு)

o0o

சாவின் சுவை நகுலன்

பிறந்து உலகின் விவரங்கள் சிறிதுசிறிதாகத் தெரியத் தொடங்கிய நாள் முதலாக மரணத்தைப் பார்த்துக் கொண்டே தான் இருக்கிறோம் என்று நினைக்கிறோம். ஆனால், உண்மையில் மரணங்களைப் பார்ப்பதன் வழியாக மரணத்தை நாம் உணர்வதில்லை; ஒவ்வொரு மரணத்தையும் சுற்றி இருக்கும் உயிர்ப்பை, உயிர்த்தன்மையை, உயிர்கள் தான் நம் கண்களுக்குத் தெரிகிறது. இங்கே ஒருவர் இறந்து ஒருவர் இருக்கும் குரூரத்தின் உயிர்ப்பைத்தான் பிறரின் மரணத்தில் அனுபவிக்கிறோம். இறுதிச்சடங்குகளில் சவப்பெட்டியோடு சணலில் கட்டப்பட்டு பயணிக்கும் பறவை, துள்ளி சவ வண்டியில் அலைவதைப் போன்ற உயிர்ப்பைத்தான், ரகசிய ஆசுவாசத்தைத்தான் நமக்கு இன்னொருவரின் மரணம் தருகிறது.

சாவை மொழிவழி அனுபவமாக்கி சாவை தெரிந்துகொள்வதற்கு உதவியவர் நகுலன் தான். இந்த உலகத்தில் விளங்கும், ஒரு சாவு மட்டுமல்ல சாவு என்று எனக்குச் சொன்னவரும் நகுலன்தான். வாழ்வளவுக்கு சாவும், சாவின் ருசிகளும் பலவிதம் என்று, உரைத்தவர் நகுலன். இருந்து இருக்கும் சாவு, சுகமுள்ள சாவு, தன்னைக் கழற்றிப் போட்ட சாவு, தன் கரைதலில் நிகழும் சாவு, கண்கள் கண்ணாடியாகும் போது சுயம் கண்ணாடியாக ஆகும்போது வரும் சாவு என்று அவர் அனுபவிக்கத் தரும் சாவுகள் அத்தனை.

எந்திரப் பொறியியலில் டிப்ளமோ படித்து முடித்து அதுசார்ந்த வேலை எதிலும் தரிக்கமுடியாமல், வேறு எந்த வேலைக்கும் என்னைத் தயார்ப்படுத்தியும் கொள்ளாமல் திருநெல்வேலியில் இருந்த நாட்கள் அவை. காப்ரியேல் கார்சியா மார்க்வேஸின் ‘கர்னலுக்கு யாரும் எழுதுவதில்லை’குறுநாவலில் வரும் கர்னலைப் போன்றே வராத ஒன்றுக்காகக் காத்திருந்தேன். வாசிப்பும் படைப்பு சார்ந்த கனவுகளையும் தவிர வெளியே புலப்படும்படியாக ஒன்றும், ஒரு வாக்குறுதியும் என்னிடம் இல்லை. வீட்டிலும் இருக்க முடியாமல் வெளியிலும் தரிக்க முடியாமல் அப்பாவின் கடுஞ்சொல்லுக்கும் அம்மாவின் கரிசனைக்கும் வேதனைக்கும் நடுவே குற்றவுணர்வோடு சுற்றிய வெயில் நாட்களில் ஒன்றில் தான் நகுலன் என் வீட்டுக்கு ஒரு கடிதம் வழியாக வந்திருந்தார்.

அப்போது திருநெல்வேலிக்கு இடம் மாறியிருந்த கவிஞர் மனுஷ்ய புத்திரன், விடுமுறையில் துவரங்குறிச்சிக்குப் போயிருந்த நாட்களில் அவரிடமிருந்து வந்த ரோஸ் கலர் இன்லேண்டு கடிதத்தில்தான் நகுலனின் ‘வண்ணத்துப் பூச்சிகள்’கவிதை குறிப்பிடப்பட்டிருந்தது. மனுஷ்யபுத்திரன் கடிதத்தில் வேறு என்ன எழுதியிருந்தார் என்று எனக்கு இப்போது ஞாபகத்தில் இல்லை. ஆனால் அவர் கொண்டிருந்த மனநிலை அந்தக் கவிதையில் இருந்தது. எங்கோ போய்விட்டு சாயங்காலம் வீடுதிரும்பிய எனக்கு அந்தக் கடிதம் பெரிய ஆறுதலையும் அரவணைப்பையும் தந்தது. நகுலன் தன் மொழியின் வழியாக செலுத்திய நஞ்சு அந்தச் சாயங்காலத்தை மிகவும் போதையாக்கியது. நகுலன் கவிதையில் வரும் அரளிப்பாலை அருந்தும் பறவை ஆனேன். இதுதான் கவிதை.

உண்ணூரனிப் பிள்ளைக்குக் கண்வலி
கேசவ மாதவன் ஊரில் இல்லை. சிவனைப்
பற்றித் தகவல் கிடைக்கவில்லை. நவீனன்
விருப்பப்படி அவன் இறந்தபிறகு அவன்
பிரேதத்தை அவன் உற்ற நண்பர்கள்
நீளமாக ஒரு குழி வெட்டி அவனை
அதில் தலைகீழாக நிறுத்தி வைத்து
அடக்கம் செய்துவிட்டார்கள். எங்கும்

அமைதி சூழ்ந்திருக்கிறது. வெயிலில்
வண்ணாத்திப் பூச்சிகள் பறந்து
கொண்டிருக்கின்றன.

இந்தக் கவிதையில் என்னைப் பாதித்த வரிகள் அப்போது, 'வெயிலில் வண்ணாத்திப் பூச்சிகள் பறந்து கொண்டிருக்கின்றன' என்பது மட்டும்தான்.

அந்த வரிகளைச் சுற்றி ஒரு நிசப்தம்; பெரும் அமைதி; ஒரு இணக்கமான விபரீத உணர்வை இந்தக் கவிதை தந்தது. மனுஷ்ய புத்திரன் இந்தக் கவிதை முழுவதையும் எழுதியிருந்தாரா? அல்லது என்னைப் பாதித்த வரியை மட்டும் எழுதியிருந்தாரா என்று எனக்கு இப்போது துல்லியமாகச் சொல்ல முடியவில்லை. ஆனால் அந்த வரிகளைச் சூழ மரணம் இருந்தது.

வெயிலில் பறவைகள் அலையும், வெயிலில் வண்ணத்துப் பூச்சிகள் அலையும் காட்சி நம் எல்லாருக்கும் சகஜம் தான். ஆனால் நகுலன் சொல்லும் போது ஏற்படும் அமைதியும் விபரீதமும் அலாதியானது. அதற்குப் பிறகு சென்னைக்கு வந்தபிறகு பறக்கும் ரயிலின் கோணத்திலிருந்து கல்லறைத் தோட்டங்களில் விளையாடும் சிறுவர்களை எல்லாம் வெயிலில் அலையும் பட்டாம்பூச்சிகள் என்ற காட்சியைத் தவிர்த்துப் பார்க்க முடிந்ததில்லை.

அதே காலகட்டத்தில் நகுலனின் படைப்புலகுக்கு நெருக்கமான உணர்வைத் தரும் நகுலனின் கருப்பு வெள்ளைப் புகைப்படங்களை காஞ்சனை சீனிவாசன் எடுத்திருந்தார். அந்தக் கருப்பு வெள்ளைப் புகைப்படங்களில் ஒன்றில் நகுலனின் 'ஸ்டேஷன்' கவிதையை தான் நடத்திய 'அகவிழி' பத்திரிகையின் பின் அட்டையில் வெளியிட்டும் இருந்தார்.

ஸ்டேஷன்

ரயிலை விட்டிறங்கியதும்
ஸ்டேஷனில் யாருமில்லை
அப்பொழுதுதான்

அவன் கவனித்தான்
ரயிலிலும் யாருமில்லை
என்பதை;

"அது ஸ்டேஷன் இல்லை"
என்று நம்புவதிலிருந்து
அவனால் அவனை
விடுவித்துக் கொள்ள
முடியவில்லை
ஏனென்றால்

ஸ்டேஷன் இருந்தது.

இந்தக் கவிதையில் புரியாத வார்த்தை, புரியாத கருத்து என்று ஒன்றுமேயில்லை. ஆனால் இந்தக் கவிதை ஒவ்வொரு முறை படிக்கும்போதும் புரிந்தும் புரியாத ஒரு விந்தையை புதிரை மாயத்தை ஏற்படுத்துவது. மறைந்தும் தோன்றுவதுமான புலியின் வரிகளைப் போன்ற அனுபவத்தை ஏற்படுத்துவது.

நகுலன் சொல்லவருவது எந்த நிலையத்தை? ரயில் போனபிறகு நிலையம் உண்டா? ரயில் போனபிறகு அது நிலையமா?

o0o

நகுலனது உலகத்தில் சாவு, ஒன்றில்லை. காதலுக்குப் பின்னர் தொழிலின் இறுதியில் உலகைவிட்டுப் பிரிகையில் சாவுக்கு அப்பால் முதலுக்கும் முடிவுக்கும் முன்னும் பின்னும் முழுவதுமாகப் பின்னிப் பிணைந்து நில்லாமல் நின்று, இல்லாமல் இருந்து, தெரியாமல் தெரிந்து சொல்லாமல் சொல்லி, எல்லாரும் நினைப்பதுவாய், யாவரையும் கடந்ததாக, புலனுக்குப் புரியாததாக, பொருளுக்குச் சிக்காததாக, என்றுமே கேள்வியாக எஞ்சி நிற்பது அது அதுவேயாக (எழுத்து, 1962). தொடக்கத்திலிருந்து நகுலன் சாவை வேறுவேறு வகைகளில் பரிசீலிக்கிறார்.

'வண்ணத்துப் பூச்சிகள்' கவிதையில் நவீனன் இறக்கும்போது, அவரது மற்ற படைப்புகள் வழியாக, நாம் அறிந்த நண்பர்கள் கேசவ மாதவன், சிவன், உண்ணூனிப் பிள்ளை யாரும் ஊரில் இல்லை.

நவீனனுக்கு உற்ற நண்பர்கள் நமக்குத் தெரியாதவர்களும் இந்தக் கவிதையில் இருக்கிறார்கள். அவர்கள் நவீனனின் விருப்பப்படி அவனைத் தலைகீழாக அடக்கம் செய்துவிட்டனர்.

யாரைத் தலைகீழாக அடக்கம் செய்வார்கள்! தற்கொலை செய்தவர்களையும் பெரும் படுகொலை நிகழ்த்தியவர்களையும் தான் அக்காலகட்டத்தில் தலைகீழாகப் புதைப்பார்களாம்.

நகுலனின் உலகத்தில் கொலைக்கும் தற்சாவுக்கும் பஞ்சமேது.

ஒரு கட்டு
வெற்றிலை
பாக்கு சுண்ணாம்பு
புகையிலை
வாய் கழுவ நீர்
ஃப்ளாஸ்க்
நிறைய ஐஸ்
ஒரு புட்டிப் பிராந்தி
வத்திப்பெட்டி / ஸிகரெட்
சாம்பல் தட்டு
பேசுவதற்கு நீ
நண்பா
இந்தச் சாவிலும்
ஒரு சுகம் உண்டு.

o0o

ஆடும் மனத்தின் கோலங்கள்

எனக்கு அறிமுகமான போதிருந்த லக்ஷ்மி மணிவண்ணனுக்கு, படித்த, பார்த்த கதையைத் திரும்பச் சொல்ல முடியாது. ஒரு கதையின் ஒரு நிகழ்ச்சி அவருக்கு ஏற்படுத்திய மனப்பதிவுகளையே அதையொட்டி உருவான எண்ணத்தையே அவரால் பேச முடியும். ஆல்பெர் காம்யூவின் 'அந்நியன்', காஃப்காவின் 'விசாரணை' மற்றும் சுந்தர ராமசாமி, கோபி கிருஷ்ணன் ஆகிய ஆளுமைகளின் தாக்கம் ஏறியவராக இருந்தார். நம்மை சௌகரியப்படுத்தி நீவிக்கொடுப்பது புத்தகங்களின் வேலை அல்ல. ஒரு துருப்பிடித்த ஆணி, கபாலத்தில் இறங்குவது போலப் புத்தகங்கள் இறங்கவேண்டுமென்று காஃப்கா சொல்லியிருப்பதாக அவர் எங்களிடம் சொன்னார். நம்மில் உறைந்திருக்கும் கடலைப் பிளக்கும் கோடரியாக ஒரு நூல் இருக்க வேண்டும் என்று காஃப்கா சொன்னதைத் தான் அவர் எங்களிடம் இப்படி மாற்றிச் சொல்லியிருக்க வேண்டும். 1999ஆம் ஆண்டு நான் வேலை பார்த்த குமுதம் அலுவலகத்துக்கு என்னைப் பார்க்க மணிவண்ணன் வந்தபோது, மூன்று மணிநேரத்தைக் கழிப்பதற்காக அவரைப் பக்கத்திலிருக்கும் அபிராமி திரையரங்க வளாகத்தில் 'ரிதம்' படத்தைப் பார்க்கச் சொன்னேன். அலுவலகம் விட்டபின்னர், அவருடன் கோடம்பாக்கத்துக்குத் திரும்பியபோது படம் பற்றிக் கேட்டேன். பெண்ணின் உடலை, நவீனமான பொருளாக இந்த சினிமா வெற்றிகரமாக மாற்றியிருக்கிறது என்று பேசத் தொடங்கினார். அந்தப் படத்தின் கதையை பின்னர் தொலைக்காட்சியில் பார்த்தபோதே தெரிந்துகொண்டேன்.

வண்ணதாசன், பிரபஞ்சன் படைப்புகளைப் படித்து அவர்களது கதைகளில் வரும் அன்பான சுமதியைத் தேடிக் கொண்டிருந்த நிலையில், ஒரு திராவகம் போலத்தான் லக்ஷ்மி மணிவண்ணன், நாங்கள் படித்த நாகர்கோயில் சிவந்தி ஆதித்தனார் கல்லூரி வளாகத்துக்குள் நுழைந்து தளவாயிடமும் என்னிடமும் இறங்கினார். அந்தக் கல்லூரியின் முன்னாள் மாணவர் அவர்.

தன்னம்பிக்கை, நல்லுணர்வு, முன்னேற்றம் என்ற கதைகளால் என்னைச் சுற்றிக் கட்டப்பட்டிருந்த உலகின் மேல் எனக்கு ஏற்கெனவே சந்தேகம் இருந்தது. நமக்கு நீதியாக நல்லதாகச் சொல்லப்படுவதற்கும் எதார்த்தத்துக்கும் இடையிலான தூரம் அதிகம் என்பதை எனது பெற்றோரும் எனது பால்யமும் ஏற்கெனவே எனக்கு உணர்த்தியிருந்தது. இவற்றுக்கு எல்லாம் பின்னால் உண்மையில் இருப்பது ஒரு கோணல் உலகம் என்பதை லக்ஷ்மி மணிவண்ணன் எங்களிடம் உறுதிப்படுத்தினார். எனது பதின்வயதுகளில் உலகத்துக்கு எதிராக என்னுள் எழுந்த சண்டை மூர்க்கம், பைத்தியம், குற்றத்தன்மையைச் சங்கடமில்லாமல் அனுசரணையாகப் பார்க்கலாம் என்ற நம்பிக்கையைத் தந்தவர் அவர். பைத்தியமோ குற்றமோ தனிநபர் சார்ந்தது அல்ல; அது சமூகத்தினுடையது. அந்தப் பைத்தியத்தன்மை, குற்றத்தன்மைக்கு முன்னால் கலைஞர்கள் முதலில் வெளிப்படுகிறார்கள், படைப்பாக வெளிப்படுத்துகிறார்கள் என்ற உணர்வை பிள்ளையார்புரம் பேருந்து நிறுத்தத்தின் அருகில் மூடியிருந்த கடைத்திண்ணையில் அந்தி இருட்டில் அமர்ந்து, புதிதாகக் குடிக்க ஆரம்பித்திருந்த ப்ளெய்ன் கோல்ட்பிளேக் சிகரெட்டின் கிறக்கும் ருசியுடன் இறக்கியவர் லக்ஷ்மி மணிவண்ணன்தான். ஆத்மாநாமுக்கு மனநல சிகிச்சை செய்த மருத்துவர் சாரதா மேனனை அப்போதுதான் சென்னையில் பார்த்துத் திரும்பியிருந்த தாக்கங்களையும் எங்களிடம் பகிர்ந்துகொண்டார். அந்த மாலையிலேயே என்றுதான் நினைக்கிறேன்; கொண்டு சென்ற சூட்கேஸ் நிறைய புத்தகங்களை, அவர் வீட்டுக்கு அழைத்துச் சென்று நிரப்பி, எங்களை மீண்டும் கல்லூரி விடுதியில் கைனடிக் ஹோண்டா வண்டியில் விட்டுச் சென்றார். அந்நியன், விசாரணை, உதயசங்கர் எழுதிய மறதியின் புதைசேறு போன்ற சில புத்தகங்கள் அதில் இப்போதும் எனக்கு ஞாபகத்தில் இருப்பவை.

கமல்ஹாசன் நடித்த 'மகாநதி' திரைப்படம் வெளியாகி ஒரு வாரத்தில் சக்கரவர்த்தி திரையரங்கில் படத்தின் இடைவேளையில் தான் லக்ஷ்மி மணிவண்ணனை, என். டி. ராஜ்குமார், ஜி. எஸ். தயாளனோடு பார்த்தோம். மகாநதியின் முதல்பாதியே என்னை உள்ளூர ஆட்டிக்கொண்டிருந்தது. அந்த நடனத்தை உணர்ந்த அவர் எங்களது பரவசத்திலிருந்து ஒதுங்கி இருந்தார். அதற்கு முன்னர் கலை இலக்கியப் பெருமன்றத்தின் பரிசளிப்பு விழாவில் சிறு அறிமுகம் மணிவண்ணனுடன் ஆகியிருந்தது. அன்று புதன்கிழமை. லக்ஷ்மி மணிவண்ணன், எங்களை வெள்ளிக்கிழமையன்று மாலை சுந்தர ராமசாமி வீட்டுக்கு வரச் சொன்னார். சுந்தர ராமசாமியின் கடைக்கு அன்று விடுமுறை என்றும் வாராவாரம் விருப்பமிருந்தால் வெள்ளிக்கிழமை மாலை அவரைச் சந்திக்கலாமென்றும் கூப்பிட்டார். இப்படித்தான் நாங்கள் அடிக்கடி சந்திக்கத் தொடங்கினோம்.

நாகர்கோயில் அரசு மருத்துவமனை எதிரே, கோட்டாருக்கு இறங்கும் ஏற்றத்தில்தான், தான் படித்து முடித்த ஜே. ஜே. சில குறிப்புகளை எனக்குப் படிக்கக் கொடுத்தார். கருப்பு வெள்ளை ஆதிமூலத்தின் ஓவியத்தில் க்ரியாவின் அழகிய பதிப்பைத் திரும்பத் திரும்பப் பார்த்துக் கொண்டே கோட்டாறு பெரியம்மா வீடு உள்ள குலாலர் தெருவுக்கு மிதந்து சென்றேன்.

கபாலத்தில் ஓர் ஆணியைப் போல என்னில் இறங்கிய முதல் புத்தகம் ஜே. ஜே. சில குறிப்புகள் தான். நாம் உணர்வது சரியோ தவறோ அதை வெளிப்படுத்தலாம் என்ற அதீத தன்னம்பிக்கையை எனக்குக் கொடுத்த புத்தகம் அது. என்னில் உள்ள அகங்காரத்துக்கு மூர்க்கத்துக்கு வெளிப்படைத்தன்மைக்கு அங்கீகாரம் அளித்த புத்தகம் அது. நாம் உணரும் உண்மை என்பது சின்ன உண்மை என்பதையும் நாம் உணரும் எதார்த்தம் என்பது ஒரு பெரிய எதார்த்தத்தின் ஒரு துண்டு என்பதையும் அந்த வயதில் என்னால் அறிய இயலவில்லை. எனது சின்ன உண்மை, எனது சின்ன நேர்மை, எனது சின்ன தார்மிகத்தால் என்னைச் சுற்றியுள்ளவர்களை விடலைத்தனமாகத் தொந்தரவுபடுத்துவதை ஜே. ஜே. சில குறிப்புகள் அங்கீகரித்தது என்று இப்போது தோன்றுகிறது. நான் தான் ஜே. ஜே என்று சுந்தர ராமசாமியிடம் அசட்டுத்தனமாகப் போய்ச் சொன்னேன். அவர் சிரித்தார். ஜே. ஜே வேறு, எதார்த்தம் வேறு என்பதைப் புரிந்தவராக இருந்தார். எனக்கு என் மேல்

ஜே. ஜே செலுத்திய அழுத்தத்திலிருந்து அதிர்ச்சியிலிருந்து விடுபடுவதற்கு பல ஆண்டுகளும் பல பின்னடைவுகளும் தேவையாக இருந்தன. அதற்குப்பிறகு தாமிரபரணி ஆற்றில் எத்தனையோ வெள்ளங்கள் வந்து சென்றுவிட்டன.

ஜே.ஜே.யைவிட உண்மையானவன் என்றும் அதேவேளையில் பூமியோடும் சினேகம் கொள்ளும் அற்புதமான லட்சியக் கதாபாத்திரம் ஜெயகாந்தனின் ஒரு வீடு ஒரு மனிதன் ஒரு உலகம் நாவலில் வரும் ஹென்றிதான் என்று தற்போது உணர்கிறேன். ஆனால், லக்ஷ்மி மணிவண்ணனும் சுந்தர ராமசாமியும் ஜே.ஜேயும் உருவாக்கிய படைப்பு உஷ்ணம் தான் எனது ஆதி எரிபொருள். அவர்தான் எனது கவிதையை தனது சிலேட் இதழில் கடைசி அட்டையில் முதலில் பிரசுரம் செய்தார். அப்படி என்னைப் பெற்றவர் அவர். மணிவண்ணன் தனது மனைவி மல்லிகா உட்பட எல்லாரையும் எழுதவைத்திருக்கிறார்.

பி.எஸ்சி கணிதம் முதலாண்டு படித்துக் கொண்டிருந்த எனக்கு, நான் படித்துவந்த சுயநிதிக் கல்லூரியில் பள்ளிக்கூடம் போலச் செய்யப்பட்டிருந்த கட்டுப்பாடுகளுக்கு உடன்பட முடியவில்லை. ஆசிரியர், முதல்வர் எல்லாரிடமும் முரண்பட ஜே. ஜே—வும் என்னைச் சேர்ந்து உலுக்க, மனம் பேயாட்டம் போட்ட நாட்கள் அவை. செமஸ்டர் தேர்வுக்கு முன்னர் வைக்கும் மாதத் தேர்வுகளில் குறித்த நேரத்துக்கு முன்னால் பேப்பரைக் கொடுத்துவிட்டு வெளியே வந்தால் அபராதம் என்று ஒரு புதிய விதியைக் கொண்டுவந்தார்கள். அதை எதிர்த்து நான் ஐம்பது மாணவர்களைத் திரட்டி பிள்ளையார்புரம் பேருந்து நிறுத்தம் அருகே தேர்வுக்குச் செல்லாமல் போராட்டத்தில் ஈடுபட்டோம். கல்லூரி நிர்வாகம், ஸ்ட்ரைக்கை ஒருங்கிணைத்தவன் என்ற முறையில் என்னை வெளியேற்றியது.

கல்லூரி விடுதியின் நிழலும் கல்லூரிக் கல்வி கொடுக்கும் பாதுகாப்புமாக இருந்த எனது கூரையும் தாங்கிப் பிடித்த நிலமும் ஒரே நேரத்தில் விழுந்து நழுவியது. இரண்டாவது செமஸ்டரிலேயே கல்லூரியிலிருந்து வெளியேற்றப்பட்ட நான், நாகர்கோயில் பெரியம்மா வீட்டில் எதிர்காலம் என்னவென்று தெரியாமல் அலைந்த நாட்களில் தான் வெயிலே அதிகம் இல்லாத நாகர்கோயிலை வெக்கையுடன் உணர்ந்தேன். லக்ஷ்மி

மணிவண்ணனும் சுந்தர ராமசாமியின் வீடும்தான் அப்போதைய அடைக்கலமாக இருந்தது.

மார்ச் அல்லது ஏப்ரல் மாதமாக இருக்கலாம். சுந்தர ராமசாமி, தனது நண்பர்களுடன் சில நாட்கள் தங்கிப் பேசுவதற்காக பாம்பன்விளையில் கிறிஸ்துவ ஆசிரமம் ஒன்றில் மூன்றுநாள் சந்திப்பொன்றை ஏற்பாடு செய்திருந்தார். கல்லூரியிலிருந்து வெளியேற்றப்பட்டு அலைந்து திரிந்துகொண்டிருந்த எனக்கு அந்த மூன்று நாட்கள் முக்கியமானவை. படைப்பு, இலக்கியம், இலக்கிய ஆளுமைகளோடு ஒரு சிறுவனாக இருந்து வேடிக்கை பார்த்து, எனது அசட்டுத்தனங்களும் அதிகம் முகத்துக்கு நேராக உணர்த்தப்படாமல் மரியாதையோடு நடத்தப்பட்ட நாட்கள் அவை.

சுரேஷ்குமார் இந்திரஜித், எஸ். என். நாகராசன், என். சிவராமன், மனுஷ்ய புத்திரன், லல்லி, எம் யுவன் என எல்லாரும் அவரவருக்கு ஒதுக்கப்பட்ட கயிற்றுக் கட்டிலில் அமர்ந்து உறங்கி சாப்பிட்டு பேசி மூன்று நாட்கள் வேகவேகமாக கடந்துவிட்டன. எல்லாரும் அவரவர் வீட்டுக்குப் பிரிந்தபோது எனக்குத் திரும்புவதற்கே முடியவில்லை. அழுகை முட்டிக்கொண்டு வருகிறது. சிறுவயதிலேயே தவறுதலான ஒருவழிக்கு வந்துவிட்டவன் என்ற சங்கடத்தோடு பார்த்துக் கொண்டிருந்த சுரேஷ் குமார் இந்திரஜித்தின் பார்வை என்னை இன்னும் தொந்தரவூட்டுவது.

நாகர்கோயில் வந்திறங்கி, நீதிமன்றத்துக்கு எதிரே வேப்பமூடு செல்லும் வழியில் உள்ள உணவுவிடுதியில் மதிய உணவு சாப்பிட்டுப் பிரிய வேண்டும். லக்ஷ்மி மணிவண்ணன் நாகர்கோயிலிலேயே இருந்தாலும் மூன்று நாட்கள் அவருடன் இருந்ததைப் போல இருக்கமுடியாது. ஆனால், அன்று பிரிந்தே ஆகவேண்டும். அப்போதுதான் யாரோ இந்தியா டுடே இலக்கிய மலரைப் புத்தம்புதிதாக வாங்கி வந்தார்கள். அது இந்தியா டுடே வெளியிட்ட இரண்டாவது இலக்கிய மலர். அதில் கொஞ்சம் சிவப்போடிய பழுப்புத் தாளில் ஜானகிராமனின் நவீன ஓவியத்துடன் லக்ஷ்மி மணிவண்ணனின் கவிதை இருந்தது. ‘ஆடும் முகங்களின் நகரம்’ கவிதைதான் அது. இன்னும் அந்தப் பக்கம் எனக்கு ஞாபகத்தில் உள்ளது.

லக்ஷ்மி மணிவண்ணன் அதற்கு முன்னரே கவிதைகளை எழுதத் தொடங்கியிருந்தாலும் அவரது ஆளுமை முழுமையாகத் துலங்கத் தொடங்கிய கவிதை என்று இதையே நான் கருதுகிறேன். இந்தக் கவிதை இன்னும் எனக்குப் புதிதாகவே இருக்கிறது. அந்தச் சமயத்தில் நவீன கவிதையின் வெளிப்பாடு, உள்ளடக்கம், த்வனி என எல்லாவற்றிலுமிருந்து மாறிய அந்த அம்சத்தினாலேயே அப்போது அந்தக் கவிதை கவனிக்கப்படவில்லை. திட்டவட்டமான உரைநடையிலிருந்த அதேவேளையில் மொழி லயத்தையும் தக்கவைத்துக் கொண்டிருந்த கவிதை அது. நவீன கவிதையின் சட்டை உரியத் தொடங்கிய தருணங்களில் ஒன்று அந்தக் கவிதை என்று இப்போது படிக்கும்போது தோன்றுகிறது.

லக்ஷ்மி மணிவண்ணனைப் பிரிந்தாலும் அந்தக் கவிதையைத் துணைக்குப் பிடித்துக்கொண்டு கோட்டாறு பெரியம்மா வீட்டுக்குத் தனியாகத் திரும்பினேன். அன்று மதியம் வீட்டில் யாருமில்லை. கதவைச் சாத்திக்கொண்டு அன்று அழுத அழுகை இன்றும் ஞாபகத்தில் இருக்கிறது. அதற்குப்பிறகு லக்ஷ்மி மணிவண்ணனோடு நான் கிட்டத்தட்ட பதினைந்து ஆண்டுகள் இருக்கப்போகிறேன் என்று எனக்கு அப்போது தெரியாது. எதிரிக்கு எதிரி நண்பன் அல்ல என்பதை எனக்குச் சொல்லியவர். ஒருவனது ஆளுமை, எதிர்த் தரப்பை எத்தனை மரியாதையோடு நடத்துகிறான் என்பதிலேயே துலங்கக் கூடியது என்று சொல்வார். சுந்தர ராமசாமியைப் போலவே அடுத்தவர் பேசுவதை, அத்தனை கூர்மையாக ம் ம் என்று ஊக்குவித்தபடி கவனிப்பார். எத்தனை எதிர்மறையான சூழலிலும் தனது மனப்பதிவை மந்தைப் போக்கிலிருந்து விலகி, அதனால் ஏற்படும் உடனடி நஷ்டங்கள், அபாயங்களைக் கணக்கில் கொள்ளாமல் அவரது கருத்துகளை எடுத்து வைக்க முடியும். நண்பன் என்பவன் சொறிந்துகொடுப்பவன் அல்ல, அவன் கண்ணாடி போலப் பிரதிபலிப்பதன் வழியாகவே பரஸ்பரம் ஆளுமையைச் சரிபார்த்துக் கொள்ளமுடியும் என்பதை என்னிடமும் தளவாயிடமும் ஊன்றியவர் அவர். பிறரது பாவனைகளை உற்றுப் பார்ப்பது போலவே தன் பாவனையையும் சேர்த்துப் பார்ப்பதும் அதை மொழியாக்கும் வல்லமையும் அவருக்கு உண்டு. ஒரு விஷயத்தை, ஒரு பிரச்சினையை, ஒரு உள்ளடக்கத்தை, முற்போக்கு

எனக் கருதி ஒரு தரப்பை அழுத்தி அழுத்திப் பேசுவதன் மூலமே கிடைக்கும் செல்வாக்கையும் லாபத்தையும் சுரண்டலுக்கு ஒப்பானது என்று கருதியவர். குழந்தைத் தொழிலாளர் பிரச்சினையைப் பற்றி தொடர்ந்து ஒரு அணுகுமுறையில் அப்போது எழுதப்பட்டு வந்த முற்போக்குக் கதைகள், குழந்தைத் தொழிலாளர்களைச் சுரண்டும் முதலாளிகளைப் போலவே, அந்தப் பிரச்சினையைச் சுரண்டுகின்றன என்று விமர்சனமாகவே எழுதியிருக்கிறார். தொண்டு நிறுவனங்கள் அப்போதுதான் தமிழகத்தில் வேர்பிடிக்கத் தொடங்கியிருந்தன.

எத்தனையோவிதமான மதுக்கள், மது சார்ந்த பொழுதுகள், மது சார்ந்த இடங்கள், மது சார்ந்த மீறல்கள், சாகசங்கள், குற்றங்கள் என எத்தனை! அப்போது உணர்ந்த போதைநிலையின் படைப்பு உஷ்ணம் படிப்படியாக பின்னர் குறைந்தது. மது இல்லாமலேயே இருக்கும் போதையும் பரிச்சயப்படத் தொடங்கியுள்ளது.

லக்ஷ்மி மணிவண்ணன் மீது கொண்டிருந்த அந்தக் காதலின், அந்த வசீகரத்தின், நிச்சயமே இல்லாத எதிர்காலத்தோடு இலக்கியமென்னும் புகைமூட்டமான கனவு ஒன்று மட்டுமே கொடுத்துக் கொண்டிருந்த உயிர்ப்பின், அது தந்துகொண்டிருந்த வாதையின் ஞாபகமாய் 'ஆடும் முகங்களின் நகரம்' கவிதை இன்றும் இருக்கிறது.

ஒன்றை அதன் உள்ளுக்குள்ளே அதன் சதையோடு எலும்புக்கூடுகளையும் பார்த்துவிடும் கூர்ந்த கண்கள் மணிவண்ணனுடையவை. வண்ணங்கள் தோன்றும் கணத்திலேயே அவரது காட்சியில் சாம்பல் தன்மையாகி விடுவதை உணரும் ஆளுமை அவர். ஒன்றுடன் ஈடுபடும்போதே அதன் வியர்த்தத்தையும் அருசியையும் உணர்ந்துவிடும் ஒன்றுதான் இந்தக் கவிதையை எழுதுகிறது. மூன்றாவது முறையாகச் சென்று திரும்பும் நகரம் குறித்து அவர் எழுதுகிறார். ஒரு குற்ற ஸ்தலத்தை உற்றுக் கவனிப்பது போல அவருக்கு இந்த நகரத்தின் மர்மங்கள் துலங்கத் தொடங்குகின்றன. ஒரு சிறுநகரத்தவனின், கிராமத்து மனிதனின் பொருந்தாத் தன்மை அதில் தென்படுகிறது. தொலைந்துபோவதற்கான சாத்தியமில்லை என்ற வருத்தம் இருக்கிறது. மின்சாரப் புகைவண்டிகளில் பிரயாணிக்கிறவர்களின் முகங்களைத் தவிர அச்சப்படும்படி ஏதுமில்லை என்ற

விவரணையில் லக்ஷ்மி மணிவண்ணனைக் கவர்ந்த 'அபாயம்' நாவலின் முதல் ரயில்பயண வர்ணனை தென்படுகிறது. கைப்பிடியைப் பிடித்துத் தொங்கிக் கொண்டும் ஆடும் முகங்கள் என்பதுதான் பின்னர் 'கைப்பிடியில் தொங்கும் இளவரசிகள்' ஆகிறார்கள்.

அந்திமாலை வேளையில் ரயில் பயணத்தில் விளையாடப்படாத மைதானம் தெரிகிறது. சுந்தர ராமசாமிக்கும் அவரது நண்பர்களுக்கும் எனக்கும் லக்ஷ்மி மணிவண்ணனுக்கும் ஆறுதலாக இருந்த எஸ்எல்பி பள்ளி மைதானத்தின் ஞாபகம் எழுகிறது.

நகரத்திலிருந்து ஊர் திரும்பும்போது நகரம் அழகாக மாறும் சித்திரத்தோடு கவிதை முடிகிறது.

லக்ஷ்மி மணிவண்ணன், நகரத்துக்கு வந்து வந்து அக்காலத்தில் திரும்பிக் கொண்டிருந்தார். திரும்பத் திரும்ப அவரை நகரம் ஊருக்கு அனுப்பிக் கொண்டிருந்தது. சென்னை அவருக்கு ஒப்பவில்லை. சென்னையிலும் தன் ஊரை, தன் குலசாமிகளைச் சுமந்து எழுதிய கவிதைகளும் சாமிகளும் சேர்ந்துதான் அவரைப் பத்திரமாக ஊருக்கு அழைத்துச் சென்றிருக்க வேண்டும்.

அம்மாவின் இழப்பை முழுக்க உணரக்கூட வாய்ப்பில்லாத சிறுவயதில் தாயை இழந்த லக்ஷ்மி மணிவண்ணனுக்கு ஊர் தான் அம்மாவாக பாதுகாவலாக இருக்கிறதுபோல. அவரது ஆளுமை ஒட்டுமொத்தத்தையும் அம்மாவின் இன்மையோடு சேர்ந்து என்னால் இப்போது பார்க்கவும் புரிந்துகொள்ளவும் முடிகிறது. அதற்கு ஒரு தொலைவு தேவைப்பட்டிருக்கிறது.

நான் லக்ஷ்மி மணிவண்ணனுக்குப் பிறகுதான் நகரத்துக்கு வந்துசேர்ந்தேன். நான் ஊருக்குத் திரும்பவில்லை. எனக்குத் திரும்ப ஊரும் இல்லை. அவரது இப்போதைய கவிதைகளில் அவர் பார்த்த நகரத்தின் சுவடுகள் மறைந்துபோய்விட்டன.

'ஆடும் முகங்களின் நகரம்' எனக்குள்ளே இன்னமும் இருக்கிறது. மனம் ஆடும் கோலங்களை இப்படித்தான் நெருக்கமாகப் பின்தொடர ஆரம்பிக்கிறார் மணிவண்ணன்.

ஆடும் முகங்களின் நகரம்

மூன்றாவது முறையாக
அந்த நகரத்துக்குப் போயிருந்தேன்
சவால்போல
கடும் வெயிலுக்கான குடையோடு
அலைந்து திரிந்ததில்
மர்மங்கள் லேசாய் துவங்கின.
நகரத்துக்கு ஊடாக
இரண்டோ மூன்றோ
புகைவண்டி வழிப்பாதைகள்
பிரிந்து செல்கின்றன.
குறுக்கு நெடுக்குமாய் திரியும்
பேருந்துகள்
எங்கு செல்கின்றன
பழக்கங்களை எப்படி இவை
ஜனங்களுக்குக் கற்றுத் தந்திருக்கின்றன
என்பதும் புரிந்தது.
புகைவண்டி நிலையங்களில்
ஜனங்கள்
தட்டையான மரக்கிளையாய்
நிலையத்துக்கு வெளியேயும்
நேர் தலைகீழான ஒரு மரக்கிளையாய்
நிலையத்துக்கு உள்ளேயும் செல்கிறார்கள்
பின்னலான மரக்கிளைகளால்
படர்ந்த வாயில்கள்
கழிப்பிட அறைகளுக்கு வெளியே
வரிசைகள்.
பலவிதமான உடைகளுக்குள் உள்ள

மனிதர்களும் வழி கேட்டால்
ஓரளவு சரியாய் சொல்லித் தருகிறார்கள்.
தொலைந்துபோய் விடுவதற்கான
சாத்தியங்களும் அதிகமில்லைதான்.
மின்சாரப் புகைவண்டிகளில்
பிரயாணிக்கிறவர்களின்
முகங்களைத் தவிர
கற்பனை செய்து கொண்ட அளவு
பயப்படும்படியாகவும்
ஏதுமில்லைதான்.
நின்று கொண்டும் உட்கார்ந்து கொண்டும்
கோணலாய் நின்று இருந்து கொண்டும்
சாய்ந்து கிடந்தும்
கைப்பிடியைப் பிடித்துத் தொங்கிக் கொண்டும்
ஆடும் முகங்கள்.
ஒருநாள் மாலை
ஆறுமணி வாக்கில்
மீட்டர்கேஜ் புகைவண்டியில்
போய்க் கொண்டிருந்தேன்
ஓரிடத்தில் விளையாடப்படாத
மைதானம் தனியே கிடந்தது.
மஞ்சள்வெயில் படிந்த வீடுகளின்
பின்புறங்கள் முன்னால்
ஓடிக்கொண்டிருந்தன.
வீடுகளின் முன்பக்கம் தெரியும்
இடங்களில்
நிலையங்கள் வந்தன.
புகைவண்டிக்குள்
சில்லறை வியாபாரிகளின்
சத்தம்

பல காதுகளில் விழாமல்
தனி உறுப்பாய் கிடந்தது
மஞ்சள் வெயில் படிந்த
ஜனங்கள் ஒவ்வொருவராக
வெளியே
தெரிந்து
மறைந்து தெரிந்தார்கள்.
புகைவண்டி நிலையங்களின்
வலப்புறமும் இடப்புறமும்
சிலயிடங்களில் வலப்புறம்
சிலயிடங்களில் இடப்புறம்
என்று லெவல் கிராஸிங்கிலிருந்து
ஒரே மாதிரியாக
திறந்து வெளியேறுகிறது
நகரம்.
கடைசி நாள்
ஊர் திரும்பும்போது
நகரத்தை விட்டு வெளியேறும்
சாலைகள் சுத்தமாய் கிடந்தன.
கவர்ச்சியான வளைவுகளோடு
இரண்டு வளைவுகளின் மத்திகளில்
தாவரக்கூட்டம்
ஆளரவமற்ற போதையில்
மஞ்சள்வெயில்
இடைவெளிகள் கொண்ட
கட்டிடங்கள்.
நகரத்தில் தனிமை
வழிந்து கிடக்கிறது
நகரத்தை விட்டு வெளியேறும்
சாலையோரங்களில்.

o0o

அமங்கலம் அருசி அப்பட்டம் அதிர்ச்சி

மேல்நிலைப் பள்ளிக்கல்வியை முடிக்கும்போது மு. மேத்தா, அப்துல் ரகுமான், வைரமுத்து வழியாக கவிதை வடிவம் அறிமுகமானது. கல்லூரி முதல் ஆண்டில் சேர்ந்தபோது அறிமுகமான லக்ஷ்மி மணிவண்ணன், அவர் வழியாக எனக்கும் தளவாய்க்கும் கிடைத்த சுந்தர ராமசாமி வழியாக, எழுத்து மரபைச் சேர்ந்த கவிஞர்களையும் கவிதைகளையும் ஒரு பாடத்திட்டம் போல படிக்கத் தொடங்கினோம். ந. பிச்சமூர்த்தி, நகுலன், பசுவய்யா, ஞானக்கூத்தன் ஆகியோரின் கணிசமான கவிதைகளை சுந்தர ராமசாமியின் வீட்டு நூலகத்திலிருந்து எடுத்துச் சென்று படித்தேன். காலச்சுவடு சிறப்பு மலர் வழியாக, தமிழில் அப்போது இயங்கிவந்த பெரும்பாலான கவிஞர்களின் பெயர்களை அதில் பிரசுரமாகியிருந்த கவிதைகள் வழியாகத் தெரிந்துகொண்டேன். வாழ்க்கை குறித்து அப்போது எனக்கு அன்னியமாகவும் எனது அப்போதைய வயதுக்கு அடையாளம் கொள்ளமுடியாமலும் அந்தக் கவிதைகளின் வெளிப்பாடும் மொழியும் மூட்டமான ஒரு உணர்வை என்னிடம் உருவாக்கியிருக்க வேண்டும். ந. பிச்சமூர்த்தி எனக்கு இன்றைக்கும் அதேவிதமான ஒட்டாத உணர்வையே தருகிறார். பிச்சமூர்த்தியின் சிறுகதைகள் இன்றும் தரும் உத்வேகத்தை எனக்கு அவர் கவிதைகள் தரவில்லை. பசுவய்யாவின் பெரும்பாலான கவிதைகள் சிந்தனை போலத் தோன்றும் எண்ண, விசாரக் குறிப்புகளாகவே எனக்குத் தோன்றுகின்றன. பிரமிளின் கவிதைத் தொகுதி அப்போது

அச்சிலேயே இல்லை. நகுலனும் ஞானக்கூத்தனும் பின்னரே எனக்குத் தங்கள் உலகத்தைத் திறந்து காட்டினார்கள்.

வயோதிகச்சடவும் புகைமூட்டமும் மந்தமும் கொண்ட வடிவமோ புதுக்கவிதை என்ற உணர்வு எனக்கு வெளிப்படுத்த முடியாமல் இருந்திருக்கலாம். காவ்யா பதிப்பகம் வெளியிட்ட 'கலாப்ரியா கவிதைகள்' தற்செயலாக சுந்தர ராமசாமியிடமிருந்து கிடைத்தது. திருநெல்வேலிக்கு ஆசையோடு அதை எடுத்துச் சென்றேன். கவிதையை வடிவமாகத் தேர்ந்துகொண்டு, ஆனால் என் கவிதைக்கு உத்வேகமோ உருவகமோ கிடைக்காமல் இருந்த நிலையில், என் அகத்தின் சுவரை உடைத்துக் கொண்டு சாய்வு நாற்காலிகளைப் பறக்கவிட்டபடியே அதிரடியாக நுழைந்தார் கலாப்ரியா. பிரக்ஞைப்பூர்வமாகவே இந்தப் படிமத்தைப் பயன்படுத்துகிறேன். சினிமாவில் ரஜினிகாந்த் எப்படி உற்சாகமாக அறிமுகமாவாரோ அப்படி, மனோவைதிகத்துக்குள் ஆட்பட்டிருந்த என் உலகத்தை என் அடக்கப்பட்டிருந்த வன் உணர்வை அங்கீகரித்து, அதையும் கவிதை ஏற்கும் என்பதை உக்கிரமாகச் சொன்னவர் கலாப்ரியாதான். அதனால்தான் கலாப்ரியா என்றும் எனக்குள் நிலைத்த நாயகன். கவிதைகளில் எப்போது மாற்றம் வரும்போதும் அதன் மூலப்படிவங்களாக ஞானக்கூத்தனும் கலாப்ரியாவும் தவிர்க்க முடியாமல் இருப்பார்கள். தொண்ணூறுகளின் ஆரம்பத்தில் தொடங்கி ஒரு மரபாகிவிட்ட தலித் கவிதையில் கலாப்ரியாவின் தாக்கம் பொதிந்திருக்கிறது. கலாப்ரியா உத்வேகம் பெறுவது ஞானக்கூத்தனிடத்தில்.

கலாப்ரியா என்னை ஈர்த்ததில் கவிதை அல்லாத இன்னொரு முக்கியமான காரணம், அவர் எழுதிய திருநெல்வேலி எனக்கான ஊர் அடையாளமாகவும் இருந்ததுதான். நான் வசித்த நான் திரிந்த தெருக்களில் சற்று முன்னர் இருந்துவிட்டுப் போன ஒருவன் எழுதிய கவிதைகள் இவை; எனக்குத் தெரிந்த சித்தியையும் அத்தையையும் சற்றே முன்பு பார்த்து எழுதியவனின் கவிதைகள் இவை; எனக்கு முன்னர் எழுதப்பட்டாலும் நான் உணரும் இழப்பையும் நான் உணரும் துக்கத்தையும் நான் உணரும் தவிப்பையும் நான் உணரும் ரௌத்திரத்தையும் நான் வைத்திருக்கும் சிறுமைகளையும் தக்கவைத்துக் கொண்டு அங்கீகரிக்கும் கவிதைகள் இவை; இப்படி அடையாளம் கண்டது முதலில் கலாப்ரியா கவிதைகளில் தான்.

‘மற்றாங்கே’ தொகுப்பின் முதல் கவிதைகளில் ஒன்றான ‘பிற்பகல்’ கவிதையைப் படித்தபோது ஏற்பட்ட அதிர்வு இன்றும் ஞாபகத்துக்கு வருகிறது. மருத மரநிழல்கள் மீட்டாத தண்டவாளங்கள், அங்கே ஆறுதலுக்காகச் செல்லும் எங்கள் தனிமையின் சோகத்தைப் பகிரத் தொடங்கியிருந்தது. யாரும் பொதுவாக உணரும் ஊர்த்தன்மையும், ஊர் பண்பாடும், வீடுகளில் புழங்கும் உரையாடலும் சத்தமும் புதுக்கவிதையில் அவர் மூலமாகத்தான் அபூர்வமாகச் சேர்ந்தன. எல்லாரின் பால்யத்தையும் பிராயத்தையும் நினைவூட்டக்கூடிய நுண்விவரங்களுமாக தமிழ் மொழியின் செவ்வியல் குணத்தையும் தக்கவைத்துக் கொண்டவர் கலாப்ரியா. எழுத்து மரபும் வானம்பாடி மரபும் சரியாக எதிர்கொண்டு உரையாடி வெற்றிபெற்ற முதல் தமிழ் தன்னிலை கலாப்ரியா.

காயங்களுடன் கதறலுடன் ஓடி ஒளியுமொரு பன்றியைத் தேடிக் கொத்தும் பசியற்ற காக்கைகள் என்ற சித்திரத்தை, ஒரு பெண் பார்க்கும் பார்வைக்கு ஒப்பாக வைக்கிறார். பசியற்ற காக்கைகளாய் காயங்களுடன் கதறலுடன் ஓடி ஒளியும் நம்மை எத்தனை துயரங்களும் பைத்தியமும் வாதைகளும் துரத்தியிருக்கின்றன. மாறும் உலகின் வீதி ஒன்றில், மாற்றத்துக்கு தன் தலையைப் பிளந்து திறந்து, மாற்றத்தின் காகங்கள் தன்னை வலியோடு கொத்த அனுமதித்தவர் கலாப்ரியா. தனக்குப் பிரத்யேகமாக நடந்த துயரத்தின் பின்னணியில், உலகத்திலிருந்து அவர் தன்னைச் சுருக்கி ஒடுக்கிக் கொள்ளவில்லை. தனது வலியையும் நோய்மையையும் பரிசீலனை செய்துகொண்டே உலகத்தின் அபத்தங்கள், வேறுபாடுகள், அசிங்கங்களோடு விமர்சனத்துடனும், மோதும் வன்மையுடனும், செயல்பட்ட கவிதை உலகம் அவருடையது. அமங்கலம், அருசி, அப்பட்டம், அதிர்ச்சி என கவிதை புறக்கணித்திருந்த அத்தனையையும் அழகுடன் சூடிக்கொண்டவை கலாப்ரியாவின் கவிதைகள்.

கொலு வைக்கும் வீடுகளில்
ஒரு குத்து சுண்டல்
அதிகம் கிடைக்கும் என்று
தங்கச்சி பாப்பாக்களை

தூக்க முடியாமல்

தூக்கி வரும்

அக்கா குழந்தைகள்..!

இந்தக் கவிதையில் வரும் ஓவியம் எனது கவிதை வாசிப்பனுபவத்தில் நிலைத்து இன்னும் இருப்பது. அக்கா குழந்தை என்னும் பதத்தை இயல்பாக உருவாக்கியிருக்கிறார். சினிமா, அரசியல், பாலியல், பத்திரிகைகள் என வெகுஜனப் பண்பாட்டின் அசைவுகள், முணுமுணுப்புகள் அத்தனையும் மனத்தடைகள் இன்றி கவிதைகளில் அனுமதிக்கப்படலாம் என்ற நம்பிக்கையை, கல்வியை, அமைதியாக எனக்கு அளித்தவை கலாப்ரியாவின் கவிதைகள். கலாப்ரியா கவிதைகளை வாசித்தவுடன் எனக்குக் கிடைத்த 'உலகெலாம் சூரியன்' தொகுதியும் கலாப்ரியாவை மேலும் நெருக்கமாக்கியது. கலாப்ரியா கவிதைகளை ஒட்டுமொத்தமாகப் படித்துவிட்ட பின்னர் அவரைத் திருநெல்வேலியில் நேரடியாகச் சந்தித்த போது அவ்வளவு பரவசமாக அவரை எதிர்கொண்டேன் என்று ஞாபகத்தில் இருக்கிறது. அவரும் தன் கவிதைகளின் ஆற்றலையும் அதில் உள்ள கல்யாணக் குணங்கள் எல்லாவற்றையும் கொண்டவராகத் தெரிந்தார். கலாப்ரியா கவிதைகள் குறித்து, கவிதையில் கலாப்ரியா கொண்டு வந்த மாற்று அழகியல் பண்பாடு குறித்து ஜெயமோகன் எழுதிய கட்டுரை எனக்கு இன்றும் உந்துதலாக இருக்கும் கட்டுரை ஆகும். ஒரு கவிஞன் குறித்த திட்டவட்டமான, துல்லியமான வரையறை என்று ஜெயமோகனின் அந்தக் கட்டுரையைச் சொல்வேன். கவிதைகள் குறித்தும் ஒரு கவிஞனின் ஒட்டுமொத்த கவிதைகள் குறித்து அவதானிப்பதற்கும் எழுதுவதற்கும் முன்னுதாரணமாக இருக்கும் அபூர்வமான கட்டுரைகளில் ஒன்று ஜெயமோகனுடையது.

கலாப்ரியாவின் 'என்னுடைய மேட்டு நிலம்', 'பிரிவுகள்' கவிதையைப் பலமுறை வாசித்திருப்பேன். அந்தக் கவிதை எனக்கு உள்ளே ஆழத்தில் போயிருக்கிறது என்பதை எனது முதல் தொகுதியில் வெளியான 'சிமெண்ட் நிறக்காரில் வருபவர்கள்' கவிதை வழியாக சமீபத்தில்தான் தெரிந்துகொண்டேன். 'என்னுடைய மேட்டு நிலம்' கவிதைதான் வேறுவிதமாக 'சிமெண்ட் நிறக்காரில் வருபவர்கள்' கவிதையாக மாறியிருப்பது எனது சமீபத்திய நிறைவுகளில் ஒன்று.

பிரிவுகள்

நாளை இந்தக் குளத்தில்
நீர் வந்துவிடும் —
இதன் ஊடே
ஊர்ந்து, நடந்து
ஓடி(ச்) செல்லும்
வண்டித் தடங்களை
இனி காணமுடியாது
இன்று புல்லைத்
தின்று கொண்டிருக்கும்
ஆடு — நாளை
இந்த இடத்தை
வெறுமையுடன்
சந்திக்கும்.
மேலே பறக்கும்
கழுகின் நிழல் —
கீழே —
கட்டாந்தரையில்
பறப்பதை
நாளை பார்க்க முடியாது.
இந்தக் குளத்தில் நாளை
நீர் வந்துவிடும்.

o0o

சிமெண்ட் நிற காரில் வருபவர்கள்

அந்த மழைக்கால ஏரி இப்போது
நீர் வற்றியிருக்கிறது

சென்ற வருட மழைக்குப் பின்
தினம்தோறும் காலையில்
நான்கு யுவதிகள் அங்கே
படகு செலுத்த வருவார்கள்
பேருந்தில் பாலம் கடக்கும்
என்னை அவர்களுக்குத் தெரியாது
அவர்கள் சிமெண்ட் நிற காரில்
வருவார்கள்
அந்தக் கார்
மரத்தடி நிழலில்
இளைப்பாறும்
காட்சி அலாதியானது
மழைக்கால ஓடையில் நீர்குறைய
அவர்கள் அங்கே வருவதில்லை
படகு தனியே நின்று கொண்டிருக்கிறது
கோடை முடிவடையும் அறிகுறிகள்
ஆரம்பமாகிவிட்டன
இன்னும் சிலதினங்களில் மழைபெய்யக்
கூடும்
அவர்கள்
சூரியன் வரும்போதே
குதிரைவால் சடையுடன்
ஓடைக்குப் படகு செலுத்த வந்துவிடுவர்
படகு இப்போது தனியே நின்று
கொண்டிருக்கிறது.

o0o

இன்னலின் கரும்பலகையில் வரையப்பட்ட மகிழ்ச்சியின் முகம்

முன்னிலையற்ற காதல், குறிப்பிட்ட உருவம், உள்ளடக்கத்தின் பாதை உருவாகாத கவிதை லட்சியம் — இரண்டும் உருவாக்கிய உத்வேகம், மகிழ்ச்சி, ஆற்றலின் குழந்தையாக அப்போது இருந்தேன். வேலை, அந்தஸ்து, பொருள், இணை சார்ந்த விழைவு என புறம் அளிக்கும் நிர்ப்பந்தங்கள் அனைத்தையும் என் சின்ன அகத்தின் வாசலில் செருப்புகளைப் போலத் தைரியமாக, அதேவேளையில் அனிச்சையாகக் கழற்றிப் போட்டிருந்தேன். சற்றே உடல் அளவில் வளர்ந்திருந்த, ஊரிலிருந்து நகரத்துக்குக் கிளம்பிவந்து புதிது கொடுக்கும் எல்லாவற்றையும் பேதம் பார்க்காமல், ஆசையோடும் பரபரப்போடும் நடுக்கத்தோடும் கலாசார விலக்கமாக மொழிபெயர்க்கப்படாத அச்சத்தோடும் வியப்போடும் பருகிக்கொண்டிருந்தேன். அப்போது தமிழ் புதுக்கவிதையில் குழந்தையின் கள்ளமற்ற தன்மையோ, விளையாட்டோ போதுமான அளவு ஏன் பதிவாகவில்லை என்ற கேள்வி எனக்கு இருந்தது.

ஒரு உணவோ, ஒரு நாய்க்குட்டியின் முகமோ, பெயரே தெரியாமல் தெருவின் திருப்பத்தில் நம்மை மெலிதான வாஞ்சையால் அங்கீகரித்துவிட்டுப் போகும் யுவதியின் வதனமோ கொடுக்கும் தற்செயலான நிறைவு ஏன் தமிழ் கவிதையில் அதிகமாகப் பதிவுசெய்யப்படவில்லை. துயரமும் வலியும்

வாழ்வின்மையும் மட்டுமே தமிழ் கவிதையின் ஈர்ப்புடன் தரையிறங்கும் பாதுகாப்பான அடைக்கலமாக உள்ளது என்பதை லக்ஷ்மி மணிவண்ணனும் நானும் உட்கார்ந்தும் நடந்தும் பேசி கோடம்பாக்கம் டிரஸ்ட்புரம் பகுதி தெருக்களை விடியவும் இருளவும் வைத்திருக்கிறோம். அந்தத் தெருக்களில் ஒன்றில்தான் என் கவிதைகளில் ஆரம்பத்தில் தென்பட்ட மாலதி வசித்து வந்தாள்.

இந்தச் சமயத்தில்தான், வாழ்வு உண்டு என்று அன்றாடத்தின் போஷாக்கு அத்தனையையும் உட்கொண்ட பிரெஞ்சு கவிஞராக ழாக் ப்ரெவர், சென்னை நுங்கம்பாக்கத்தில் உள்ள அலியான்ஸ் பிரான்சேஸ் வளாக அரங்கத்தில், தனது நூற்றாண்டில் அறிமுகமானார். எனது கலாசார சுரணையையும் நுண்ணுணர்வையும் சினிமாக்கள், புத்தகங்கள், நிகழ்ச்சிகள் வாயிலாக அறிமுகப்படுத்திய இடங்களில் ஒன்று அது. ழாக் ப்ரெவரின் போஷாக்கு மிகச் சரியாக இறங்கிய இன்னொரு தமிழ் கவிஞன் பி.ஆர். மகாதேவன். காத்திரமான ஒரேயொரு தொகுப்பைக் கொடுத்துவிட்டு, கவிதையிலிருந்து அவன் நீங்கி வேறு பாதைகளில் போய்விட்டான். ழாக் ப்ரெவரின் செழுமை இறங்கிய கவிதைகள் 'ஆம் நண்பர்களே அதுதான் நடந்தது'.

இன்றைக்கு இருப்பதைப் போலத் தொலைபேசி தகவல்கள், மின்னஞ்சல் தொடர்பு எதுவும் இல்லாமல்தான் அந்த மாலையில் தற்செயலாக அலியான்ஸுக்குப் போய்ச் சேர்ந்தேன். இரண்டாவது மாடியில் சுமார் ஆறரை மணிக்குப் புத்தக வெளியீட்டு நிகழ்ச்சி தொடங்கியது. க்ரியா பதிப்பகம் ஏற்பாடு செய்திருந்த நிகழ்ச்சி அது. க்ரியா ராமகிருஷ்ணனும் மொழிபெயர்ப்பாளர் வெ. ஸ்ரீராமும் அங்கே இருந்தனர். முதலிலேயே ழாக் ப்ரெவர் எழுதிய 'சொற்கள்' கவிதை நூலை வந்திருந்தவர்களுக்குக் கொடுத்தனர். அமரர் ழாக் ப்ரெவரின் கவிதை நூலுக்கு அனுமதி கிடைத்துவிடும் என்ற நம்பிக்கையில் வேலைகள் தொடங்கப்பட்டு, ழாக் ப்ரெவரின் இரண்டு மனைவியரின் வாரிசுகளுக்குள் ஏற்பட்ட வேறுபாடு காரணமாக, முதல் பதிப்பை விலையில்லாத பதிப்பாகவே க்ரியா ராமகிருஷ்ணன் வாசகர்களுக்கு வழங்க முடிவுசெய்திருந்தார் என்பது பின்னர் தெரிந்துகொண்ட தகவல். பின்னர் சமரசம் ஏற்பட்டு, அனுமதி வழங்கப்பட்டு அடுத்தடுத்த பதிப்புகள் வெளிவந்து கொண்டிருக்கின்றன.

க்ரியாவின் வழக்கமான நேர்த்தி, அழகுடன் அந்தப் பதிப்பைக் கையில் வைத்துப் பார்த்துத் தீராமல் இருந்தது எனக்கு. அப்போது, பிரெஞ்சிலும் தமிழிலும் ஐந்து கவிதைகளை வெ. ஸ்ரீராம் நூலிலிருந்து தேர்ந்தெடுத்து வாசித்தார். அதில் ஸ்ரீராம் 'பார்பரா' வாசித்தபோது அவர் எப்படி உச்சரித்தார் என்பது இன்னமும் எனக்கு நினைவில் உள்ளது. 'பார்பரா' வழியாக ப்ரெவர் முழுமையாக என்னை அந்த இரவிலிருந்த ஒளியைப் போலவே ஆட்கொண்டார். ஸ்ரீராமைப் போலவே, அடுத்த சில மாதங்களுக்கு, என் பையில் எப்போதும் வைத்திருந்த 'சொற்கள்' நூலை எடுத்து, டாஸ்மாக் மது விடுதிகளின் வெற்றுத்தரைகளில் எழுந்து நின்று, சக நண்பர்கள் — கவிஞர்களுக்கு தேவாலயத்தில் பிரார்த்தனை செய்யும் பணிவுடன் வாசித்துப் பகிர்ந்திருக்கிறேன்.

பரிச்சயம் ஆகாத பெயர் மட்டுமே தெரிந்த, ஆனால் வாழ்வின் அடையாளமாக பார்பரா நமக்கு அறிமுகமாகிறாள். போரால் தொலைந்த ஒரு வாழ்க்கையின் அந்திம வேளையில் எங்கே இருக்கிறாய்? என்று கவிதையின் மறுபகுதியில் நினைவு கூரப்படுகிறாள் பார்பரா. கிட்டத்தட்ட ஒரு பாடல் போல இசைத்தன்மை கொண்டது இந்தக் கவிதை.

பார்பரா

நினைவுபடுத்திப்பார், பார்பரா,
ப்ரெஸ்ட் நகரத்தில் அன்று
இடைவிடாமல் மழை பெய்தது
புன்னகையுடன் நீ நடந்து சென்றாய்
மலர்ந்து மகிழ்ந்து நீர் வழிந்தோட
மழையிலே நனைந்து
நினைவுபடுத்திப்பார், பார்பரா
ப்ரெஸ்ட் நகரத்தில் இடைவிடாமல்
மழை பெய்தது
சியாம் தெருவில்
உன்னை நான் கடந்து சென்றேன்

நீ புன்னகைத்தாய்
நானும்தான் புன்னகைத்தேன்
நினைவுபடுத்திப்பார், பார்பரா
யாரென்று எனக்குத் தெரிந்திராத நீ
நான் யாரென்பதையும் அறிந்திராத நீ
நினைவுபடுத்திப்பார்

பிரெஞ்சு பண்பாடு கொடுத்த தனிமனித சுதந்திரம், தாராளம், வாழ்வூட்டம் எல்லாம் கலந்த மனத்தடையற்ற கொண்டாட்டம் ழாக் ப்ரெவரின் கவிதைகள். காதல், காமம், பிறப்பு, மரணம், பிரிவு, குழந்தைமை, விந்தை, குறும்பு எல்லாம் சேர்ந்து சுழித்து நுரைக்கும் அன்றாடத்தின் மது ழாக் ப்ரெவரின் 'சொற்கள்'.

பார்க்கத்தான் போகிறீர்கள்

கடலில் நீந்துகிறாள் ஒரு நிர்வாண மங்கை
நீரின் மேல் நடக்கிறார் ஒரு தாடிக்காரரர்
எங்கே அந்த அற்புதங்களின் அற்புதம்
மேலுலகத்தில் அறிவிக்கப்பட்ட அதிசயம்?

வாழ்வின் கதகதப்பு

மேசையின் மேல் ஒரு ஆரஞ்சுப் பழம்
தரைவிரிப்பின் மேல் உன் ஆடை
என் கட்டிலில் நீ
நிகழ்காலத்தின் இனிய வெகுமதி
இரவின் புத்துணர்ச்சி
என் வாழ்வின் கதகதப்பு.

முதல் நாள்

அலமாரியில் வெண்ணிற விரிப்புகள்
கட்டிலில் சிவப்பு விரிப்புகள்
தன் தாயில் ஒரு குழந்தை
அதன் தாய் பிரசவ வலியில்
தந்தை வராந்தாவில்
வராந்தா வீட்டில்
வீடு நகரத்தில்
நகரம் இரவில்
அலறலில் சாவு
வாழ்க்கையில் குழந்தை.

இந்த மூன்று கவிதைகளையும் மீறி ழாக் ப்ரெவரின் உலகம் என்னவென்று மேலும் விரித்துச் சொல்ல வேண்டிய அவசியமில்லை. ஒரு நவீன மக்கள் கவிஞன் எப்படி இருக்க வேண்டுமென்பதற்கு ழாக் ப்ரெவரை, ப் போன்ற லட்சிய உதாரணம் வேறு இருக்க முடியாது. பாப்லோ நெரூதா அவருக்கு இணையாக உடனடியாக எனக்கு ஞாபகத்துக்கு வருகிறார்.

ழாக் ப்ரெவர் கொடுத்த ஊக்கமும் உற்சாகமும் தற்போது என்னில் மங்கிவிட்ட நிலையில், 'சொற்கள்' தொகுப்பை மீண்டும் எடுத்துப் பார்த்தால், ழாக் ப்ரெவர் நமக்கு அந்நியர் ஆகிவிடுவாரோ என்ற பயத்தில் சில ஆண்டுகளாக அந்தப் புத்தகத்தைத் தொடவே இல்லை. தற்போது இதை எழுதுவதற்காகப் பார்க்கும்போது, என்னை அப்போது ஈர்த்த கவிதைகள் இன்னும் முழுமையாகப் புதுமை மாறாமலேயே இருப்பதை உணர்ந்தேன். குறிப்பாக 'மக்குப் பையன்' கவிதை. தமிழ் நவீன கவிதையின் இருட்டில் சிறுவனின் சிரிப்பை நான் வரைவதற்கு ஊக்கம் தந்த கவிதை அது. வெ. ஸ்ரீராம் அந்தக் கவிதையை அந்தப் பொன் அந்தி மாலையில் படித்தபோது, அந்த மக்குப் பையன் நான்தான் என்று உணர்ந்தேன். அந்த மக்குப் பையனில் என்னை இப்போதும் அடையாளம் காண்கிறேன்.

மக்குப் பையன்

வேண்டாம் என்று தலையை ஆட்டுகிறான்
ஆனால் சரி என்கிறது அவன் இதயம்
அவனுக்குப் பிடித்ததற்கெல்லாம் 'சரி'
ஆசிரியருக்கு 'வேண்டாம்'
நின்றுகொண்டிருக்கும் அவனிடம்
கேள்வி கேட்கப்படுகிறது
எல்லாப் பிரச்சினைகளும்
அவன்முன் வைக்கப்படுகின்றன
திடீரென ஒரு பைத்தியக்காரச் சிரிப்பு
அவனைப் பற்றிக்கொள்கிறது
எல்லாவற்றையும் அழிக்கிறான்
எண்களை சொற்களை
தேதிகளை பெயர்களை
வாக்கியங்களின் சிக்கல்களை
பிறகு ஆசிரியரின் மிரட்டலையும் மீறி
மேதைச் சிறுவர்களின் ஆரவாரத்தினூடே
பல வர்ண பென்சில்களைக் கொண்டு
இன்னல் என்னும் கரும்பலகையில்
அவன் வரைவது மகிழ்ச்சியின் முகம்.

படைப்பு மற்றும் வாழ்க்கையில் ஊக்கமோ நம்பிக்கையோ அற்ற மலட்டுப் பருவத்தைக் கடந்துகொண்டிருக்கும் எனக்கு, ழாக் ப்ரெவரின் 'சொற்கள்' தொகுப்பை எடுத்துப் பார்க்கும்போது, வாழ்வு இன்னொரு தளத்தில் சுரந்து கொண்டிருப்பதைப் பார்க்கும் செயலூக்கத்தைத் தூண்டும் அனுபவத்தை இன்னமும் தருகிறார் ழாக் ப்ரெவர்.

ஆசை, நிராசை, நப்பாசைகளின் வரிகள் கோடுகளாக பள்ளங்களாகச் சுமையேற்றியிருக்கும் அவனது உடலில் உள்ள அலட்சியம் செய்யப்பட்ட சிறுவனை சந்தோஷத்தின் மாயக்குச்சியை வைத்துத் தட்டித் தூண்டுகிறார் ப்ரெவர்.

கருத்து, நம்பிக்கை, பந்தம், பிடிப்பு, ஆசை என எல்லாவற்றிலிருந்தும் விடுபட்ட சுதந்திரத்தின் மாயப்பிரம்பால் மூாக் ப்ரெவர் உருவாக்குவது மகிழ்ச்சியை. உலகத்தைத் தொட்டுத் தொட்டு தொடாமல், உறவைத் தொட்டுத் தொட்டுத் தொடாமல் மாயத்தை நிகழ்த்தும் கவிதைகள் தான் ழூாக் ப்ரெவரின் கலை.

இன்னல் என்னும் கரும்பலகையில் இன்னமும் மகிழ்ச்சிகளின் முகங்களை நானும் அவனும் சேர்ந்து வரையவேண்டும். ழூாக் ப்ரெவர் உரைத்ததைப் போல வாழ்க்கையில் தான் குழந்தை இருக்கிறது; வாழ்வின்மையில் அல்ல. அது வாழ்க்கையில் தொடர்ந்து இருப்பதற்குக் காரணம், எந்த அனுபவமும் நிபந்தனையாக்காத சுதந்திரத்தில், அது குழந்தையாக இருப்பதுதான்.

இன்னொரு உலகம் பிறக்காமல், இன்னொரு உலகம் அறிமுகமாகாமல் இருந்த அந்தச் சிறுவனுக்கு அறிமுகமானவர் என்பதால் ழூாக் ப்ரெவர் என்ற பெயர் எனக்கு எப்போதும் விசேஷமானதுதான்.

'பார்பரா'வின் தாக்கம்தான் பின்னர் 'வள்ளுவர் கோட்டத்துக்கும் மகாத்மா காந்தி சாலைக்கும் இடையே' கவிதையாக மாறியிருக்க வேண்டுமென்பதை இப்போது ஊகிக்கிறேன்.

வள்ளுவர் கோட்டத்துக்கும்
மகாத்மா காந்தி சாலைக்கும் இடையே

புதிய நிறங்கள்
புதிய புரட்சிகள்
கேஎப்சியில் கோழி வறுபடும் நறுமணம்
காற்றில்
எண்ணெய்க்கான யுத்தங்கள்
சொல்கிறார்கள்
வனங்கள் அருகிவிட்டன
தண்ணீர் விஷமாகிவிட்டது

புலிகள் குட்டிகள்
தலைகுனிந்து
கடவுளிடம் திரும்பிக்கொண்டிருக்கின்றன
என்று சொல்கிறார்கள்
போக்குவரத்து சிக்னல்களில்
அலை அலையாக யாசிக்கும் பசி
எமது காமத்தைவிட வன்மைகொண்ட
ஆனால்
மென்மையானதும்
நுட்பமானதுமான
ஆடைகள்
உள்ளாடைகள்
நட்பும் காதலும்
சிக்கலும் புதிருமாக மாறிய
அந்தத் திருப்பத்தில்
நாகலிங்க மரநிழலில்
அவன் அவளுக்காகக் காத்திருந்தான்
இன்னும் சில நொடிகளில்
முழுவதும் இருட்டப் போகிறது
அவனை நோக்கி தெற்கிலிருந்து வந்தாள்
அவளின் முகம் தெரியவில்லை
எல்லாம் கோடுகளாகி விட்டன
தூத்துக்குடி
சிங்காநல்லூர்
பிரம்மபுத்ராவின் கரையோரம்
சியரோ லியான்
எந்த முகமாகவும் இருக்கலாம்
புறங்கழுத்திலிருந்து உயரும் காலர்கொண்ட
ஸ்வெட்டர் அணிந்திருந்தாள்
அவள் அவனை நோக்கி வரும்போதே

தோள்களை உயர்த்திவிட்டாள்
அவனும் உற்சாகத்தில்
முன் நகர்ந்தான்
நான் பரவசம் கொண்டேன்
மூாக் ப்ரெவரைப் போல
ஒரு தருணத்துக்குத் தயாரானேன்
அன்றைய மாலையில்
எனக்கு இரண்டாவது நற்செய்தி
அவர்கள் அந்த நாகலிங்க மரத்தின் அடியில்
வள்ளுவர் கோட்டத்திற்கும்
மகாத்மா காந்தி சாலைக்கும் நடுவில்
குதிகாலை உயர்த்தி
ஆரத்தழுவிக் கொண்டார்கள்
இந்தக் கவிதையை நான் இப்படி
இங்கிருந்து எழுத
எனக்கு இத்தனை நூற்றாண்டுகள்
தேவைப்பட்டன

o0o

ஆதி எலும்பு பிறப்பித்த கவிஞன்

தமிழின் முன்னோடி புதுக்கவிஞர்களுக்கும் மொத்தத் தொகுப்பு வராமல் இருந்த தொண்ணூறுகளின் ஆரம்பத்தில், சிறிய தனித்தொகுப்புகளாகத்தான் புதுக்கவிதைகளை, புதுக்கவிஞர்களை நான் அறிமுகம் செய்யத் தொடங்கியிருந்தேன். சுந்தர ராமசாமி, பசுவய்யா என்ற பெயரில் வெளியிட்டிருந்த 'யாரோ ஒருவனுக்காக', நகுலனின் 'கோட்ஸ்டாண்ட் கவிதைகள்', கல்யாண்ஜி கவிதைகள் என்ற சிறுதொகுப்புகளின் வழியாகத்தான் அவர்கள் உலகத்தின் பரிச்சயம் எனக்குக் கிடைத்தது. ஞானக்கூத்தனின் அதுவரையிலான கவிதைகளின் ஒட்டுமொத்தத் தொகுப்பான 'மீண்டும் அவர்கள்' அப்போது வந்திருந்தது. ந. பிச்சமூர்த்தி, ஞானக்கூத்தன், கலாப்ரியா மூன்று பேருக்கும் முழுத்தொகுப்புகள் கிடைத்தன. இந்தப் பின்னணியில்தான் மைநீல வண்ணத்தில் எளிமையால் வசீகரிக்கும் அட்டையுடன் விக்ரமாதித்யனின் 'உள்வாங்கும் உலகம்' தொகுப்பு எனக்குக் கிடைத்தது.

வாசகர்கள் படித்து, மனப்பாடமாகச் சொல்லக்கூடிய சிறுகவிதைகளையும் வாக்கியங்களையும் தமிழில் அதிகம் எழுதியிருப்பவராக விக்ரமாதித்யன் ஏன் இருக்கிறார் என்று இப்போது புரிகிறது. 'ராஜாவுக்கு விதூஷகன்/ விதூஷகனுக்கு, திரும்பிப் பார்க்கையில்/ ஊர் அழகாகக் காட்சி அளிக்கிறது, பறத்தல்/ சந்தோஷமானது/ ஆனால்/ பட்டுப்பூச்சிகள்/ மல்பரி இலைகளில் தூங்கும், ஆகமம் ஆசாரம்/ தவறாத நியமம்/ தெய்வமும் ஐதிகத்தில் வாழும்' போன்ற வரிகளை

எளிமையாக அசைபோட்டுக் கொண்டே திருக்கழுக்குன்றம் பாலிடெக்னிக்குக்கு, விடுதியில் இருந்து பயணித்த நாட்கள் நினைவுக்கு வருகின்றன.

புதுக்கவிதை என்றாலே நவீனமும் சிக்கலும் என்பதாகத் தோன்றியிருந்த எனக்கு விக்ரமாதித்யனின் எளிமை, சந்தேகத்தையும் சற்று உயர்வில்லாத எண்ணத்தையுமே முதலில் அளித்தது. அதேவேளையில் சின்னச் சின்ன அழகுத் துணுக்குகளாக இருந்த அந்தக் கவிதைகள் வசீகரமாகவும் இருந்தன.

அப்போது எனக்கும் என் இலக்கிய ரசனைக்கும் ஒரே ஒரு பாலமாகவும் அடையாளமாகவும் மாறியிருந்த ‘சுபமங்களா’ மாத இதழ் திருக்கழுக்குன்றத்தில் ஒரே ஒரு கடையில் கிடைத்து வந்தது. குற்றாலத்தில் பருவகாலம் தொடங்கியதையொட்டி, சுபமங்களாவில் வண்ணதாசன் நேர்காணலும் இரண்டாம் பக்கத்திலேயே பொங்கிப் பிரவகிக்கும் பிரதான அருவியின் புகைப்படத்துடன் விக்ரமாதித்யனின் ‘சுவடுகள்’ கவிதையும் வெளியாகியிருந்தன. இப்படித்தான் என் பூர்வீக ஊரான குற்றாலத்தின் தொன்ம அடையாளமாகக் கவிஞர் விக்ரமாதித்யனை நான் கண்டுபிடித்தேன். அவருடைய புகைப்படமும் மூலையில் சின்னதாக வெளியாகியிருந்ததாக ஞாபகம் எனக்கு.

சுவடுகள்

போனவருஷச் சாரலுக்கு
குற்றாலம் போய்
கைப்(ப்) பேனா மறந்து
கால்(ச்) செருப்பு தொலைத்து
வரும் வழியில்
கண்டெடுத்த
கல் வெள்ளிக்
கொலுசு ஒண்ணு
கற்பனையில் வரைந்த
பொற்பாத சித்திரத்தை
கலைக்க முடியலியே இன்னும்

பேச்சுமொழியின் தடம் கொண்ட செம்மை, அருவியின் ஈரம் படர்ந்த மொழியின் சொடுக்கு மற்றும் துடி, கையில் கிடைத்த சிறுபொருள் ஒன்றால் அதை நீங்கிப்போன அந்தப் பொருளுக்குரியவளை நம் மனத்திலும் பிரமாண்டமாக வரையும் கற்பனை, உணர்வுச்சம், ஆண் - பெண் ஈர்ப்பென்னும் மாறாத இயல்பின் வசீகரம் எல்லாம் சேர்ந்திருக்கும் இந்தக் கவிதையின் வழியாக விக்ரமாதித்யன் அழுத்தமாகச் சுவடு பதித்தார்.

அப்போது கவிதைகள் வழியாகவும் கதைகள் வழியாகவும் என்மீது மிகுந்த செல்வாக்கை செலுத்தியிருந்த வண்ணதாசனின் நேர்காணல் வெளிவந்த பக்கங்களை அவர் புகைப்படத்தைப் பார்த்துக்கொண்டே இருந்தது ஞாபகத்தில் இருக்கிறது. அட்டைப்படத்தில் அவரது சட்டைப் பாக்கெட்டில் செருகியிருக்கும் பேனாவிலிருந்து மை கசிந்து சிறுவட்டத்தை இட்டிருக்கும். அதை எத்தனை முறை ஊன்றிப் பார்த்திருப்பேன். மதுரை காலேஜ் ஹவுஸ் விடுதியில் கல்தூண் பின்னணியில் புகைப்படக் கலைஞர் வைட் ஆங்கிள் ரவிசங்கரால் எடுக்கப்பட்ட புகைப்படங்கள் அவை. நேர்காணலை முழுமையாகப் படிப்பேன். திரும்பப் புகைப்படங்களைப் பார்த்துக் கொண்டே இருப்பேன். திரும்ப நேர்காணலை முழுமையாகப் படிப்பேன். திரும்பப் புகைப்படங்களைப் பார்த்துக்கொண்டே இருப்பேன். காட்சி ஊடகம் அபரிமிதமாகப் பெருகாத நிலையில், ஒரு எழுத்துக் கலைஞரின் புகைப்படம், வாசகன் ஒருவனுக்குள் கொடுத்த கற்பனைகளின் விஸ்தீரணத்தை இந்தத் தலைமுறையில் உள்ள ஒருவருக்கு என்னால் புரியவைக்கவே இயலாது.

விக்ரமாதித்யனின் 'சுவடுகள்' கவிதை மிகப் பிடித்திருப்பதாக, சுந்தர ராமசாமிக்குக் கடிதம் எழுதியிருந்தேன். வண்ணதாசனின் மைப்புள்ளி உள்ள அந்தப் புகைப்படத்தையும் உருகி உருகி ரசித்ததை அவருக்கு விவரித்திருந்தேன்.

பேரருவி, பெருநதி அனைத்தின் ஆரம்பமும் மிக எளிமையாக, மிகச் சிறிய புள்ளியொன்றில்தான் தொடங்குகின்றன. தமிழ் புதுக்கவிதை ஒதுக்கி வைத்திருந்த பேச்சுத்தமிழ், பழம் தமிழ்க் கவிதை மரபின் செழுமை, வழக்காறுகள், பழமொழிகள், தமிழ் சினிமாப் பாடல்களின் வார்த்தை சாரம், சவடால் தன்மை, தாலாட்டு, சமயப் புராணிகங்கள் எல்லாவற்றையும் எழில்களாகத்

தழுவி, அவற்றை நிலைபெறவும் செய்த கவி விக்ரமாதித்யனைக் கண்டடைந்த தருணம் இப்படி எளிமையாகத்தான் தொடங்கியது. தமிழின் அழகுகள் அத்தனையையும் சூடிய கவிதைகள் விக்ரமாதித்யனுடையது.

தமிழ்நாடு முழுக்கப் பயணித்தபடி இருக்கும் யாத்ரிகர், குடிகாரரர், இளைய படைப்பாளிகளுக்கு நண்பர், கலகக்காரரர் எனப் பல கதைகள் அவரைப் பற்றி உலவிய நிலையில், அவரது ஒரே ஒரு புகைப்படம் வழியாக அவர் குறித்த கதைகளுக்கு உருவம் கொடுத்து வைத்திருந்தேன். விக்ரமாதித்யனைப் போன்றே ஒரு சாயலில் இருக்கும் எழுத்தாளரும் பள்ளி ஆசிரியருமான கிருஷியை, ஒருமுறை நெல்லை பேருந்து நிலையத்தில், காலச்சுவடு பிரதிகளை விற்பனைக்குக் கொடுக்கும் கடையில் பார்த்தபோது, நீங்கள் விக்ரமாதித்யனா என்று கேட்ட ஞாபகம் இப்போது இருக்கிறது. அவர் சிகரெட்டை வாயிலிருந்து எடுத்து, "இல்லை இல்லை" என்று மறுத்துவிட்டு, "தம்பி நீங்கள் யாரு" என்று கேட்டுவிட்டு ஜோல்னாப் பை ஆடச் சென்றார்.

தேவதேவனுக்கு திருநெல்வேலி சீதாபதி லாட்ஜில் நடந்த இரண்டு நாள் கருத்தரங்கு நிகழ்ச்சியின் முதல் நாள் காலையில், வில்ஸ் சிகரெட்டைப் புகைத்தபடி, தும்பைப்பூ போன்ற தாடியுடன், வெள்ளைச் சட்டை, வேஷ்டியுடன், தலையைத் தலையை ஆட்டிச் சிரித்தபடி விக்ரமாதித்யனே அடுத்த சில மாதங்களில் நேரடியாக அறிமுகமான தருணமும் ஞாபகத்தில் உள்ளது.

சிறுகோட்டுப் பெரும்பழம்

வசந்தம் வருகிறது
வண்ணத்துப்பூச்சிகள் சிறகடிக்கிறது
வாழ்வரசிகள் கூடுகிறார்கள்
ஆசைப்பட்டு

o0o

உன் பாதக்கொலுசு அழகு
இவன் மனசு இப்பொழுது

வைத்திரு பத்திரமாக

வருவான் சொந்தக்காரன்

o0o

சின்ன ராணிக்கு

என்ன குறை

குஞ்சு ராஜாவுக்கு

என்ன வந்தது

o0o

அணில்பிள்ளைகள் லாந்துவது

பார்த்து ரொம்ப நாளாயிற்று.

o0o

விக்ரமாதித்யனின் கவிதைகள், ஒரு கோயில் சுவர் ஓவியம் போல என்னில் நறுமணத்துடன் பிரமாண்டமாகப் படர்ந்த கவிதை இது. 'இந்தியா டுடே' இலக்கிய ஆண்டு மலரில் 1995—ம் ஆண்டு வெளியானது. தமிழ் மரபிலக்கியத்தில் பரிச்சயம் இல்லாத எனக்கு 'சிறுகோட்டுப் பெரும்பழம்' என்ற தலைப்பும் அந்தக் கவிதையும் கொடுத்த பிரமாண்டம் மிகப்பெரியது. இப்போது அந்தக் கவிதைகளை எடுத்துப் பார்க்கும்போது, அதிகபட்சம் 100 வார்த்தைகள் கூட இல்லாத கவிதை அது. ஆனால், அந்தக் கவிதை கொடுத்த காட்சியழகு அபூர்வமானது. வாழ்வரசிகள் என்ற வார்த்தைச் சேர்க்கை திருநெல்வேலித் தமிழிலிருந்து உருவாக்கப்பட்டது. மகராசி, வாழ்வரசி என்றெல்லாம் சொல்லும் புழக்கத்திலிருந்து வருகிறது.

ஒரு பருவத்தின் வருகையை அதன் பூப்பைச் சொல்லி, வண்ணத்துப்பூச்சிகளில் இறங்கி, வாழ்க்கையின் பெரும் உருவகமாகப் பெண்களைச் சூட்டுகிறார் விக்ரமாதித்யன்.

கண்ணதாசன், பட்டுக்கோட்டை கல்யாணசுந்தரம் தமிழ் வாழ்க்கையில் ஏற்படுத்திய தாக்கம், 'சின்ன ராணிக்கு/ என்ன குறை/ குஞ்சு ராஜாவுக்கு/ என்ன வந்தது'—ல் இருக்கிறது.

'சிறுகோட்டுப் பெரும்பழம்' என்ற நம் பழம்மரபு தந்த அழியாப் படிமத்தை ஆதி எலும்பாக ஏந்திய சொல் -வாழ்க்கைச் சித்திரம்

இந்தக் கவிதை. இப்போது படிக்கும்போதும் இந்தக் கவிதையின் வினோதம் அலுக்கவில்லை எனக்கு. வெளிப்பாட்டிலும் உள்ளடக்கத்திலும் அர்த்தத்திலும் அழியாத சௌந்தரியத்தைச் சூடிக்கொண்டிருக்கும் கவிதை இது. எளிய வார்த்தைகள்தான்; பேச்சு போலத்தான் தொனிக்கிறது; இசைமையும் லயமும் கூடியுள்ளது; வனத்தைப் போல சமுத்திரத்தைப் போல ஊரைப் போல, வாழ்வு அதிரும் கவிதை இது.

விக்ரமாதித்யனின் 'கிரக யுத்தம்' தொகுதியும் அதிலுள்ள கவிதைகளும் எனக்கு இன்னமும் மனப்பாடமாக ஞாபகம் இருப்பவை. லக்ஷ்மி மணிவண்ணனின் சேமிப்பில் இருந்த, நேர்த்தியான வளவள தாளில் வெளிவந்த புத்தகம் அது. அப்போது அத்தகைய தரமான தயாரிப்பு அபூர்வம்.

'பரு வைத்த முகம் பார்க்க அழகாய்த் தான் இருக்கிறது'

'தங்கத் தேருக்குத் தனி அலங்காரம் எதுக்கு'

'அம்மாவும் மகளும் போட்டி போட்டுக்கொண்டு அழகாக இருக்கிறார்கள்'

புதுக்கவிதையில் மனப்பாடமாக ஞாபகத்தில் வாசகர்கள் சுமக்கும் அதிகபட்சமான கவிதை வரிகளை எழுதியவர் கவிஞர் விக்ரமாதித்யன்.

தமிழ் மரபின் பெரும் விளைவை, தனது சிறுவெளியீடுகளில் சுமக்கும் 'நவீன' கவிஞன் விக்ரமாதித்யன்.

o0o

பார்த்தவன், பார்த்தல், பார்த்தலுக்குப் பிறகு

அந்நியத்தன்மையும், ஆனால் வசீகரமும் கொண்ட பெயராக, எனது கல்லூரி இளங்கலை கணிதம் முதல் ஆண்டில், தமிழ் பாடம் வழியாக அறிமுகமானவர் கல்யாண்ஜி. நாம் பெரும்பாலும் சாமானியம் என்று எண்ணியோ, அனிச்சையாகவோ, பழக்கமாகவோ கவனிக்காமலோ, ரசிக்காமலோ, பாராமலோ கடக்கும் காட்சிகளை, நிகழ்வுகளை, சின்ன அழகுகளை, சிறிய நுட்பங்களை, ஒரு ஓவியனின் நுட்பத்தோடு பார்ப்பதற்கும் அவதானிப்பதற்குமான விழிப்பையும் கல்வியையும் அளிப்பவராக முதல் கவிதையிலேயே எனக்கு அறிமுகமானார்.

அந்தக் கவிதையின் தலைப்பே 'வாழ்க்கை'. மிக எளிய கவனிப்புகள் தான்; கவனிப்புகளை அடுக்கிக்கொண்டு போய், 'என் கக்கத்துக் குடையைப் போல பெரிதாகக் கிழிந்து போச்சோ அவன் வாழ்க்கை' என்று சொல்லும் போது, அதன் தலைப்பான 'வாழ்க்கை'யும் வாசகனுக்குள் சேர்ந்து ஒட்டுமொத்த துக்கமாகக் கவிழ்ந்துவிடுவதைத் திரும்பத் திரும்ப அந்தப் பிராயத்தில் படித்து உணர்ந்திருக்கிறேன்.

வாழ்க்கை

இறக்கை சிலுப்பும் காக்கையை
எச்சில் இலையைத் தின்றபடி
யோசனை செய்யும் பசுமாட்டை
நனைந்த குரலில் பூ விற்று
நடந்து போகும் சிறு பெண்ணை
ஓட்டல் புகையை ரோட்டின்மேல்
பெட்ரோல் சிதறிய கோலத்தை
பாராமல் ஏன் அவன் மட்டும்
பரிசு சீட்டை விலை சொல்லிக்
கூவுகின்றான்? என் கக்கத்துக்
குடையைப் போல பெரிதாகக்
கிழிந்து போச்சோ அவன் வாழ்க்கை

பார்த்தல் மூலம் பார்த்தவனைக் கடக்க முயல்கிறோம். பார்த்தல் மூலம் பார்த்தவன், அபூர்வமாக இல்லாமல் போகிறான். சில சமயங்களில் பார்த்தலுக்குப் பிறகும் பார்த்தவன் தன் உரைப்பின் வழியாக எஞ்சுகிறான். பல வேளைகளில் பார்த்தலையே பிரசாரமாக்கி, பார்த்தவன் தன்னைப் பார் தன்னைப் பார் என்று சுயபிம்பத்தின் நிச்சயத்தில் நிகழ்ச்சி முழுவதும் நீங்காமல் படர்ந்து நிற்கிறான். கல்யாண்ஜி என்ற கவிஞன் தொடர்ந்து வாசகனுக்குக் கொடுக்கும் அனுபவங்கள் இவை.

Cyclamens என்ற பூச்செடியின் கருப்பு வெள்ளைப் புகைப்பட அட்டையுடன், அக்காலத்திய புத்தகங்களின் அச்சு நேர்த்திக்கு மேம்பட்ட ஒரு தரத்தில், 'கல்யாண்ஜி கவிதைகள்' என்ற பெயரில் தாரணி பதிப்பகம் வெளியிட்டிருந்த தொகுப்பை, லக்ஷ்மி மணிவண்ணன் எனக்கு அவர் சித்தப்பா வீட்டில் தங்கியிருந்த போது எடுத்துக் கொடுத்தார்.

காட்சிகள், ஓவியங்களின் ஒரு பிரமாண்டமான ஊர்வலத்தை, எனக்குப் பரிச்சயமான திருநெல்வேலி ஊரின் பண்பாட்டுச்

சாயலோடு இந்தக் கவிதைகளில் கல்யாண்ஜி நிகழ்த்தியிருந்தார். நெல்லையப்பர் கோயில் யானையை, தேரை, கோயில் வாசல் கடையில் பரத்தியிருக்கும் வண்ண வண்ணமான குங்குமத் தூளை கவனிப்பதற்கும் அவதானிப்பதற்குமான ஒரு போதனை முறை கல்யாண்ஜி மற்றும் வண்ணதாசனுடைய படைப்புகள்.

'கல்யாண்ஜி கவிதைகள்' தொகுப்பில், நான் இன்றுவரை நினைவில் வைத்திருக்கும் கவிதைகள் இரண்டு. ஆத்மாநாமின் 'நன்றி நவிலல்' கவிதை போலவே. 'என்னை இத்துடனாவது விட்டதற்கு நன்றி' என்ற அவரது முடிப்பை மறக்கவே முடியாதது போன்ற இரண்டு கவிதைகள்.

எல்லாம்
அடைய முடியும் தூரத்தில்
இடையில்
தடையாய்
எச்சில் பருக்கைகள்

எழுத்தும் இலக்கியமும் லட்சியமாகத் தெரிந்த எனக்கு, அன்றாட வாழ்வும் அதில் என்னைப் பொருத்திக்கொள்வதும் சிரமமாக மிக இளம்வயதிலேயே தொடங்கியிருந்த நாட்களில் இருந்து சமீபம் வரை, இந்த வரிகள் திரும்பத் திரும்ப மேலெழுந்து கொண்டே இருப்பவை. நான் அதை சோற்றுப் பருக்கைகள் என்றே நினைவில் வைத்திருக்கிறேன். அந்தப் பருக்கைகளுக்கும் நமது லட்சியத்துக்கும் இடையில்தான் எத்தனை பெரிய பள்ளத்தாக்கும் மௌனமும்.

அந்தப் பிராயத்துக்கேயுரிய, இணைவிழைவு, பாலுறவுக்கான ஏக்கம், முன்னிலை ஒன்று அற்ற, இயலாத காமத்தின் வலியைத் தேக்கிவைத்திருக்கும் இந்தக் கவிதையையும் என்னோடு நான் அடையாளம் கண்டிருக்கிறேன்.

முன்னிருக்கையில் யாரோ
முகம் தெரியவில்லை
தலையில் இருந்து
உதிர்ந்து கொண்டிருந்தது பூ
தாங்க முடியவில்லை.

தாமிரபரணியை மையமாகக் கொண்டு தமிழ் நவீன இலக்கியத்தில் சாதனை படைத்த வண்ணதாசன், விக்ரமாதித்யன், வண்ணநிலவன், கலாப்ரியா நால்வரில் வயதிலும் எழுத்தனுபவத்திலும் மூத்தவர் கல்யாண்ஜி என்ற வண்ணதாசன். தமிழ் கவிதையில் தனித்துவமான பங்களிப்பை நிகழ்த்திய கலாப்ரியா, விக்ரமாதித்யனுக்கும், சில சிறந்த கவிதைகளை எழுதியிருக்கும் வண்ணநிலவனுக்கும், அவர்கள் கவிதைக்கான வெளிப்பாட்டுக்கு மூல உருவையும் மரபையும் அளித்தவரும் வண்ணதாசன்தான். அவர்களது கவிதைக்குத் தாய்க்கோழி வண்ணதாசன் என்ற அவதானம் எனக்கு இருக்கிறது. சொல்முறையில் வண்ணநிலவனின் கவிதைகளிலும் கலாப்ரியாவின் ஆரம்பக்கட்டக் கவிதைகளிலும் விக்ரமாதித்யனின் கவிதைகளிலும் மூலவராக கல்யாண்ஜி பங்களித்திருக்கிறார்.

கலாப்ரியாவின் சிறந்த கவிதையான 'பிற்பகல்' கவிதைக்கும், வண்ணதாசனின் 'கைதவறிக் கீழே விழுந்த கடலை எல்லாம் சாமிக்கு' என்று தொடங்கும் கவிதைக்கும் ஒற்றுமை உண்டு. கலாப்ரியாவோ 'பாண்டி விளையாட்டின் முதல் உப்பை நான் கடவுளுக்குக் கொடுத்தது கிடையாது'என்று பிற்பகல் கவிதையைத் தொடங்குகிறார்.

எனது கல்லூரிப் பருவத்தில் கல்யாண்ஜி கவிதைகளும் அவரது 'கலைக்க முடியாத ஒப்பனைகள்' சிறுகதைத் தொகுதியும் மயக்கத்தை ஏற்படுத்தியிருந்தன. படைப்பையும் தாண்டி அதை எழுதிய ஆளுமை மேலும் வசீகரத்தையும் ஏக்கத்தையும் சில எழுத்தாளர்களாலேயே உருவாக்க முடியும். வாசிக்கத் தொடங்கியபோது பாலகுமாரனிடம் ஏற்பட்ட மயக்கம் போன்று, கல்யாண்ஜி என்ற வண்ணதாசனிடமும், பிரபஞ்சனிடமும் எனக்கு குறுகிய காலம் இருந்தது.

ஒரு தேர்ந்த நுட்பமான சிறுகதையாளராக ஐம்பது ஆண்டுகளுக்கும் மேலாக இன்னமும் செயல்பட்டுக் கொண்டிருக்கும் கல்யாண்ஜிக்கு, கவிதைக் கலை, கவிதைத் தருணங்கள் சார்ந்த தீர்க்கமும் ரசனையும் உண்டு. அவர் தொடர்ந்து கவிதைகளை எழுதினாலும், சிறுகதைக் கலையிலிருந்த கவனத்தையும் நுட்பத்தையும் விசிறி, பரத்தி சிதறடிப்பவராகவே கவிதையில் தொடர்ந்து இருக்கிறார்.

சுயபிம்பத்தின் சுமை, சுயபிம்பத்தின் சிறைக்குள் மிக ஆரம்பக்காலத்திலேயே அகப்பட்டுக்கொண்டது, மிக முக்கியமான காரணங்களில் ஒன்று. தன் பிம்பத்தின் சாயல் கொண்டு அவர் கவிதையில் சொல்லிய உரைப்புகள் எல்லாம் இன்றும் வெகுஜன வாசகர்கள் இணையத்தில் வெவ்வேறு வடிவங்களில் அதிகமாகப் பகிரும் வாழ்த்து அட்டைப் பொன்மொழிகளாக ஆகியுள்ளன.

முகநூல், இணையம் போன்ற தொடர்பு ஊடகம் வண்ணதாசனுக்கு அவரது சிறுவயதிலேயே கிடைத்திருந்தால், அவர் கவிதை என்ற வடிவத்துக்குள் இத்தனை பொன்மொழிகளையும் கடிதங்களையும் புதுக்கி எழுதியிருப்பாரா என்பது சந்தேகம்தான்.

நான் வித்தியாசமானவன், நான் மென்மையானவன், நான் அன்பானவன், நான் தனியானவன், நான் அழகை ரசிப்பவன், நான் அழகின் ஆராதகன், நான் சுமை தாங்கி என ஏராளமான அறிவிப்புகளை அவர் செய்துகொண்டே இருக்கிறார்.

ரகசியங்கள், காதல் கடிதங்கள், புலம்பல்கள், கிசுகிசுப்புகள், அலம்பல், ஆர்ப்பரிப்பு, சுயபடாடோபம், ஏவல், சாடை, பிரதாபம், டைரிக் குறிப்பு எல்லாவற்றையும் ஏற்கும் வடிவம்தான் கவிதை — ஆனால் அவை வெறும் பாவனைகளாகவே ஏற்கப்படும்.

'வாழ்க்கை தொடர்ந்து இப்படியேதான் இருந்திருக்கிறது இந்த வயதுவரை. வாழ்க்கையின் எந்தப் பல் சக்கரங்களுக்குள்ளும் என் வேட்டிநுனி கூட சிக்கி இதுவரை நைந்து போகவில்லை. இருந்தாலும் என் அக்கறை சார்ந்திருக்கிற உலகம் எது என்பதை என் படைப்புகள் சொல்லும்' என்ற கல்யாண்ஜி கவிதைகள் புத்தகத்தின் பின்னட்டைக் குறிப்பு ஒரு அறிவிக்கையைப் போலத்தான் இப்போது தொனிக்கிறது.

இப்படி ஒருவர் சொல்வதற்கு வாழ்க்கை அனுமதிக்கிறதா, அல்லது அப்படி அவர் சொல்வதற்கு விரும்புகிறாரா? என்ற கேள்வி இப்போது ஏற்படுகிறது. அப்போது இவன்தான் கவிஞன் என்ற ஆர்ப்பரிப்பை ஏற்படுத்திய வரிகள் இவை. அந்தக் கவிதைத் தொகுதியின் முதல் கவிதையே ஒரு கோஷம் போலத்தான் இருக்கிறது இப்போது.

கோஷம் எதுவும் போடாமல்
கோஷத்திற்கு எதிர்
கோஷம் தேடாமல்
நடைபாதையில் நின்று
ஊர்வலம் பார்ப்பது
சுவடற்றது
சரித்திரம் சொல்லும்
இயக்க விதிகளுக்கு
இணங்காதது
காலம் திணிக்கும்
பொறுப்புகளைப்
புறக்கணிப்பது
வீட்டு வேலி மூங்கிலில்
மத்தியானம் உட்கார்ந்திருக்கும்
மீன்கொத்தி போல
இடம் பொருள் ஏவல் அற்றது.
வாஸ்தவம்
எல்லாவற்றுடன்
இதையும் சேர்த்துக் கொள்ளுங்கள்.
என் வரி உண்மையானது
பாசாங்கற்றது.

கல்யாண்ஜி எதையும் வலியுறுத்தாமல், எதையும் பிரசாரம் செய்யாமல், எதையும் வன்மையாகத் திணிக்காமல் பாசாங்கில்லாமல், அனுபவத்தை, தனது செய்தியை நிகழ்த்தக் கூடிய உத்தேசம் கொண்டவரென்பதை இதுபோன்ற கவிதைகளின் வழியாகத் தெரிவிக்கிறார். ஆனால், அவரது இத்தனை ஆண்டுக்கால படைப்பியக்கத்தில் அவரது வலியுறுத்தல், பிரசாரம், சார்பு, வன்மை எல்லாமே அவரது உத்தேசத்தைத் தாண்டி அவரது மொழியில் படர்ந்திருக்கத்தான் செய்கிறது. மென்மையைக் கூட அழுத்தும்போது, குழந்தையைக் கூட அழுத்தும்போது....நிகழ்வது போல.

கல்யாண்ஜி கவிதைகள் தொகுதியில் இடம்பெற்ற புகழ்பெற்ற கவிதை ஒன்றுண்டு.

கோரைப் பல்லிலிருந்து
பீரிட்ட உறுமல்
கழுத்துப் பட்டியை மீறி
முன்சென்றது

தொய்வற்ற சங்கிலியின்
விறைத்த கண்ணிகள்
வளர்ப்பு மனிதனின்
வியர்த்த உள்ளங்கையை
இழுத்தன.

நாய்கள் மேல் ஒரு அபிமானம்
எனக்கும் உண்டு

ஆனாலும்
ஒன்றின் மீதான அபிமானம்
ஒருநாளும் என்னை
இழுத்துச் செல்லாது தெருவெங்கும்.

ஒன்றின் மீதான அபிமானம் ஒருநாளும் என்னை இழுத்துச் செல்லாது என்று சொல்கிறான் கவிதை சொல்லி. ஆனால், சுயபிம்பத்தின் மீதான அதீத அபிமானம், கல்யாண்ஜியை கவிதை இருக்கும் தெருவைத் தாண்டி எத்தனையோ தெருக்களுக்கு இழுத்துத்தான் சென்றுள்ளது காலத்தில்.

ஒன்றைப் பார்க்கும் போது அந்த அனுபவத்தில் பேதம் இல்லை. இது வேண்டாம், இதுதான் வேண்டுமெனும்போது, இதுவே மேல், இது அல்ல என்னும்போதும் பேதம் தோன்றிவிடுகிறது. அங்கே அன்பும் அழகும் மென்மையும் கூட இம்சை ஆகிவிடுகிறது.

பேதம் தோன்றாத அழியாத காட்சிகளையும் சமீபம் வரை கல்யாண்ஜி படைத்திருக்கிறார். என்னைக் கவர்ந்த அவரது சமீபத்திய கவிதை.

சீலைக்காரி அம்மனின்
காலகாலக் களிம்பு ஏறிய
வெண்கலமணி விளிம்பில்
அசையாது அமர்ந்திருந்தது தட்டான்.
யாருமற்ற வெளியெங்கும்
அதிர்ந்து கொண்டிருந்தது
அரசிலைகளின் ஆதிக் குலவை.
காதுயர்த்தித் திரும்பிப் பார்த்துவிட்டு
தன் வழி நடக்கிறது ஒரு
காமதேனு.

o0o

ஷங்கர்ராமசுப்ரமணியன்

1975-ம் ஆண்டு திருநெல்வேலியில் பிறந்தவர். அம்மா மீனாட்சி. அப்பா ச. பொன்னுசாமி, தங்கை அழகு தெய்வானை, மகள் வினுபவித்ரா. இயந்திரப் பொறியியலில் பட்டயப்படிப்பு முடித்தவர். 25 ஆண்டுகளுக்கும் மேலாக நவீன கவிதை, விமர்சனம், மொழிபெயர்ப்பு, இதழியலில் தீவிரமாக இயங்கிவருபவர். இவரது தேர்ந்தெடுக்கப்பட்ட கவிதைகள் தொகுதியான 'ஆயிரம் சந்தோஷ இலைகள்' நூலுக்கு கனடா இலக்கியத் தோட்ட அமைப்பின் கவிதை விருது 2017-ம் ஆண்டில் வழங்கப்பட்டது. சென்னை வேளச்சேரியில் வசித்துவருகிறார்.

கவிதை நூல்கள்
- ஆயிரம் சந்தோஷ இலைகள்
- ஞாபக சீதா
- கல் முதலை ஆமைகள்
- நிழல், அம்மா.

கட்டுரை நூல்கள்
- கலை பொதுவிலிருந்தும் தனித்திருக்கும்
- படைத்தவன் மற்றும் எனது வளர்ப்பு மீன்கள்
- பிறக்கும்தோறும் கவிதை

மொழிபெயர்ப்பு
- விசாரணை அதிகாரி - ஃபியோதர் தஸ்தயெவ்ஸ்கி
(கரமசோவ் சகோதரர்கள் நாவலின் திருப்புமுனை அத்தியாயம்)

தொகுப்பாசிரியர்
- அருவம் உருவம் - நகுலன் 100
- சிறுகோட்டுப் பெரும்பழம் - விக்ரமாதித்யனின் தேர்ந்தெடுத்த கவிதைகள்

இணையத்தளம்
www.shankarwritings.com